ഭൂമിയിലെ ചെറുജീവികളുടെ ശബ്ദങ്ങൾ

(രണ്ടു നോവലെറ്റുകൾ)

bhoomiyile cherujeevikalude sabdangal
(novelette)

•

c rahim

•

first edition
march 2015

•

typesetting
star communications, thiruvananthapuram

•

published
chintha publishers, thiruvananthapuram

•

•

cover
midas

•

വിതരണം

ദേശാഭിമാനി ബുക്ക് ഹൗസ്

H O തിരുവനന്തപുരം–695 035
phone: 0471-2303026, 6063026
www.chinthapublishers.com
chinthapublishers@gmail.com

ബ്രാഞ്ചുകൾ

ഹെഡ്ഡാഫീസ് ബ്രാഞ് കുന്നുകുഴി • സ്റ്റാച്യൂ തിരുവനന്തപുരം • കെ എസ് ആർ ടി സി ബസ് സ്റ്റേഷൻ ആലപ്പുഴ • കെ എസ് ആർ ടി സി ബസ് സ്റ്റേഷൻ എറണാകുളം • ചിറ്റൂർ റോഡ് എറണാകുളം • മച്ചിങ്ങൽ ലെയ്ൻ തൃശൂർ • ഐ ജി റോഡ് കോഴിക്കോട് • മാവൂർ റോഡ് കോഴിക്കോട് • എൻ ജി ഒ യൂണിയൻ ബിൽഡിങ് കണ്ണൂർ • സെൻട്രൽ ബസ് ടെർമിനൽ കോംപ്ലക്സ് താവക്കര കണ്ണൂർ

CO - 2145 / 3601

ഭൂമിയിലെ ചെറുജീവികളുടെ ശബ്ദങ്ങൾ

(രണ്ടു നോവലെറ്റുകൾ)

ചിന്ത പബ്ലിഷേഴ്സ്
തിരുവനന്തപുരം-695 035

സി രഹിം

1968 ൽ ആലപ്പുഴ ജില്ലയിൽ നൂറനാട്ട് നെടിയത്ത് വീട്ടിൽ ജനിച്ചു. അച്ഛൻ ചെല്ലപ്പൻ റാവുത്തർ, അമ്മ മുഹമ്മദ് അമ്മാൾ. സി ബി എം ഹൈസ്കൂൾ, കായംകുളം എം എസ് എം കോളേജ് എന്നീ വിടങ്ങളിൽ വിദ്യാഭ്യാസം. സ്റ്റാറ്റിസ്റ്റിക്സിൽ ബിരുദം. സാമൂഹ്യശാസ്ത്രത്തിൽ ബിരുദാനന്തരബിരുദകോഴ്സ് പൂർത്തി യാക്കി. ഇക്കോളജി ആന്റ് എൻവയോൺമെന്റ്, പബ്ലിക് റിലേ ഷൻ ആന്റ് ജേർണലിസം എന്നിവയിൽ പോസ്റ്റ് ഗ്രാജുവേറ്റ് ഡിപ്ലോമ നേടി.

ഇന്ത്യാറിവ്യൂ, മാധ്യമം ദിനപത്രം എന്നിവയിൽ പത്രപ്രവർത്തക നായി ജോലി ചെയ്തു. ഇപ്പോൾ സൗദി അറേബ്യയിൽ നിന്നു പ്രസിദ്ധീകരിക്കുന്ന *അറബ് ന്യൂസി*ന്റെ മലയാളം ന്യൂസ് പത്ര ത്തിന്റെ തിരുവനന്തപുരത്തെ റിപ്പോർട്ടർ. 1987 ൽ നൂറനാട്ട് പരി സ്ഥിതി പ്രവർത്തനങ്ങൾക്കായി ഗ്രാമശ്രീ എന്ന സംഘടന സ്ഥാപിച്ചു. എം പി മന്മഥനൊപ്പം മദ്യനിരോധനസമരങ്ങളിൽ പ്രവർത്തിച്ചു. വിഷ്വൽ മീഡിയ റിസേർച്ച് സെന്റർ ആന്റ് ഫിലിം സൊസൈറ്റിയുടെ പ്രസിഡന്റായും പ്രവർത്തിക്കുന്നു.

തെക്കാവിലെ ഉറുമ്പുകൾ, കായിത, തെക്കാവിലെപുരാണം (നോവൽ), *തൂവൽക്കുപ്പായക്കാർ, വീട്ടുവളപ്പിലെ പക്ഷികൾ, കേര ളത്തിലെ 21 പക്ഷികൾ, ദക്ഷിണേന്ത്യയിലെ പക്ഷികൾ, നമ്മുടെ വന്യജീവികൾ, ബേർഡ്സ് ദാറ്റ് കെയിം ഇൻസർച്ച് ഓഫ് മി, നാട്ടു മാമ്പഴം, പുഴ വെറും ജലമല്ല, പരിസ്ഥിതിയുടെ രാഷ്ട്രീയം* (എ ഡിറ്റർ) എന്നീ പുസ്തകങ്ങൾ പ്രസിദ്ധീകരിച്ചു. കൈരളി ടി വിയിൽ പക്ഷികളെക്കുറിച്ച് *കിളിവാതിൽ* 101 എപ്പിസോഡുകളുളള പരമ്പ രയുടെയും വന്യജീവികളെക്കുറിച്ചുള്ള *വൈൽസ് ലൈഫ്,* 25 എപ്പി സോഡുകളുടെയും രചനയും സംവിധാനവും നിർവ്വഹിച്ചു. സംസ്ഥാനസർക്കാരിന്റെ ഏറ്റവും നല്ല ഡോക്യുമെന്ററിക്കുള്ള സ്പെഷ്യൽ ജൂറി അവാർഡ് *കിളിവാതിൽ, സൗണ്ട് ഓഫ് നേച്ചർ* എന്നീ ഡോക്യുമെന്ററികൾക്ക് ലഭിച്ചു. സംസ്ഥാന സർക്കാരിന്റെ ഏറ്റവും നല്ല ഡോക്യുമെന്ററി സംവിധായകനുള്ള അവാർഡ് *ലോസ്റ്റ് വുഡി*നു ലഭിച്ചു. ഫിലിംക്രിട്ടിക് അസോസിയേഷന്റെ ഏറ്റവും നല്ല ഡോക്യുമെന്ററിക്കും പ്രൊഡ്യൂസർക്കുമുള്ള അവാർഡ് *കിളിവാതിലിന്* ലഭിച്ചു. *ബേർഡ് മാൻ* എന്ന ഡോക്യുമെന്ററി തിരുവനന്തപുരം അന്താരാഷ്ട്ര ഡോക്യുമെന്ററി ഫെസ്റ്റിവലിൽ മത്സരവിഭാഗത്തിലേക്ക് തെരഞ്ഞെടുത്തു. സൈൻസ് ഫെസ്റ്റിവലിൽ *കുന്തംകുളത്തെ പക്ഷികൾ, ബേർഡ് മാൻ* എന്നിവ തെരഞ്ഞെടുക്കപ്പെട്ടു.

ഭാര്യ   :   പ്രിയ
മക്കൾ   :   അമൽ, അഖില

ഉള്ളടക്കം

അത്ത ചെല്ലപ്പൻ റാവുത്തർക്കും
അമ്മ മുഹമ്മദ് അമ്മാളിനും

പ്രസാധകക്കുറിപ്പ്

മനുഷ്യരുടെ ശബ്ദംമാത്രം കേട്ടു ശീലിക്കെ നാം മറ്റ് ശബ്ദങ്ങളെല്ലാം മറക്കാൻ തുടങ്ങുന്നു. കാടിന്റെ വിജനതയിൽ ചെറുജീവികളുടെ ശബ്ദ ങ്ങൾക്ക് കാതോർത്ത് കാറ്റിനോട് വർത്തമാനം പറഞ്ഞ്, ചിത്രശലഭങ്ങളെ തേടിയിറങ്ങിയ മീരയും പീർ മുഹമ്മദും; ഒരു പ്രോജക്ടിന്റെ ഭാഗമായി കാടുകയറിയ യുവശാസ്ത്രജ്ഞർ. കാടിന്റെ നനുത്ത പ്രഭാതങ്ങളിൽ കറുത്തരാത്രികളിൽ ഏകാന്തതയുടെ ഗുഹാമുഖങ്ങളിൽ പരസ്പരം താങ്ങാകാൻ ശ്രമിക്കുന്ന ഇവരുടെ താളത്തിനൊപ്പം മിടിക്കുന്ന ലഘു നോവൽ. ജൈവകള്ളക്കടത്തിന്റെ പശ്ചാത്തലം. പ്രകൃതിയും മനുഷ്യനും തമ്മിലെ പാരസ്പര്യത്തെ അടിവരയിടുന്ന രചന. മലയാളനോവലിൽ ഏറെ പരിചിതമല്ലാത്ത മേഖലയിലൂടെ ഒരു സഞ്ചാരം. പള്ളിക്കലൊറിന്റെ തീരത്തടിഞ്ഞ ബുദ്ധവിഗ്രഹത്തെ ചുറ്റിപ്പറ്റി ഇതൾവിരിയുന്ന സംഭവപ രമ്പരകൾ ആക്ഷേപഹാസ്യത്തിന്റെ തീവ്രതയിൽ ആവിഷ്കരിച്ചിട്ടുള്ള ലഘുനോവലാണ് *ഗച്ഛാമി*. പ്രകൃതി നിരീക്ഷകന്റെ സൂക്ഷ്മതയോടെ സി രഹിം തന്റെ ലഘുനോവലുകളെ സമീപിച്ചിരിക്കുന്നു. വായനയുടെ പുത്തൻ അനുഭവത്തിലേക്ക് നമ്മെ കൂട്ടിക്കൊണ്ടുപോകുന്ന രണ്ട് ലഘു നോവലുകൾ.

ചിന്ത പബ്ലിഷേഴ്സ്

ഭൂമിയിലെ ചെറുജീവികളുടെ ശബ്ദങ്ങൾ

ഒന്ന്

ഏതാനും നിമിഷത്തെ നിശ്ശബ്ദതയ്ക്കുശേഷം ചീവിടുകൾ വീണ്ടും ഉച്ചത്തിൽ കരയാൻ തുടങ്ങി. കോശങ്ങളിൽനിന്നും കോശങ്ങളിലേക്ക് തരിച്ച് കേറുന്നൊരു തരിപ്പോടെ കാടുമുഴുവനതു വ്യാപിച്ചു. കാട്ടിലെ എണ്ണിയാലൊടുങ്ങാത്ത ചെറുജീവികളുടെ ശബ്ദങ്ങളുമായി കൂടിക്കലെർന്ന് ചീവീടുകളുടെ ശബ്ദം പ്രപഞ്ചമാകെ മുഴങ്ങി. ധ്യാനത്തിന്റെ ഉച്ചാവസ്ഥ യിൽ അനുഭവിക്കുന്ന സുഖദമായൊരു ഏകാന്തത കാടിന്റെ മാസ്മരിക ശബ്ദവീചികൾക്കും മീതെ അനുഭവപ്പെടുന്നതായി പീർമുഹമ്മദിനു തോന്നി. പശ്ചിമഘട്ട മലനിരകളിലെ ഓരോ തരി മണ്ണും എന്തൊക്കെയോ പിറുപിറുക്കുന്നതുപോലെ. സർവ്വ ജീവബിന്ദുക്കളിലും കുടികൊള്ളുന്ന സംഗീതം ഇതുതന്നെയാകുമോ തമ്പുരാനെ! ആകാശത്തുനിന്നും ചാഞ്ഞു പെയ്യുന്ന പ്രകാശബിന്ദുക്കൾ കിഴക്കൻ മലനിരകളിൽ തട്ടിത്തി ളങ്ങുന്ന കാഴ്ച വല്ലാത്തൊരു ശാന്തിയാണ് തമ്മിൽ കോരിനിറയ്ക്കുക. ശാന്തമായ ആ നിർവൃതിയെ ഏതോ അപസ്വരം ശല്യപ്പെടുത്തിയപ്പോൾ പീർമുഹമ്മദ് ചുറ്റും കണ്ണോടിച്ചു. പ്രോജക്ട് ഓഫീസിന്റെ മുറ്റത്തുകൂടി ജർമ്മൻകാരിയായ ഡോ. സൂസന്നയോടൊപ്പം എന്തൊക്കെയോ സംസാ രിച്ചുകൊണ്ട് മീര നടന്നുവരുന്നു. അവർ തന്റെ അരികിലേക്കാണ് വരു ന്നതെന്ന് മനസ്സിലാക്കിയ പീർമുഹമ്മദ് വേഗം മുന്നോട്ടുനടന്നു. പ്രോജ ക്ടിന്റെ ഡയറക്ടർകൂടിയായ ഡോ. സൂസന്ന എന്തോ ഗൗരവമായി സംസാരിക്കുകയയാണെന്നു തോന്നുന്നു. അവരുടെ ചടുലമായ ഭാവപ്രക ടനങ്ങൾ ഇപ്പോൾ കാണാനില്ല. അവർ പീർമുഹമ്മദിന്റെ അരികിൽ വന്ന് കാട്ടിലേക്ക് ദാഹാർത്ഥമായി നോക്കിക്കൊണ്ടു പറഞ്ഞു:

"പ്ലീസ് കളക്ട് ബട്ടർഫ്ലൈസ്.

കോമൺ ബാൻഡഡ് പീകോക്ക്, ഇന്ത്യൻ റെഡ് അഡ്മിറൽ ഇന്ത്യൻ ഹിറ്റിലാരി... ദെൻ ടൈഗർ ബട്ടർ ഫ്ലൈസ്, മീര വിൽ അസിസ്റ്റ് യു."

എന്നിട്ട് ഉൾക്കാട്ടിലെവിടെയോ തറച്ച അവരുടെ കണ്ണുകൾ വലിച്ചെടുത്ത് മീരയുടെ മുഖത്തേക്കെറിഞ്ഞുകൊണ്ട് പറഞ്ഞു:

പീർമുഹമ്മദിനൊപ്പം പോവുക. ചിത്രശലഭങ്ങളെ വേഗം കിട്ടിയാൽ ഉപകാരമായിരുന്നു.

"യെസ് മേഡം."

അനുസരണയുള്ള കുട്ടിയെപ്പോലെ മീര മറുപടി പറഞ്ഞു.

ഡോ. സുസന്ന തിരക്കിട്ടു നടന്നകന്നു. പ്രോജക്ട് ഓഫീസിന്റെ വാതുക്കൽ അമേരിക്കക്കാരനായ ഡോ. ഫിലിപ്പും ഡോ. ചൗധരിയും തമ്മിൽ എന്തോ സംസാരിക്കുന്നുണ്ടായിരുന്നു. ഡോ. ചൗധരി യു പിയി ലേക്ക് മടങ്ങിപ്പോവുകയാണെന്ന് കഴിഞ്ഞ ദിവസം ആരോ പറഞ്ഞിരുന്ന കാര്യം പീർമുഹമ്മദ് ഓർത്തു. പീർമുഹമ്മദ് മീരയുടെ മുഖത്തേക്ക് നോക്കിയതേയില്ല. പീർമുഹമ്മദ് എപ്പോഴും അങ്ങനെയാണ്. മീരയോട് എന്തെങ്കിലും ഒന്നു സംസാരിച്ചാൽ പിന്നെ തലയൂരാൻ ബുദ്ധിമുട്ടാണ്. ചറപറാന്ന് ഓരോന്നു പറഞ്ഞുകൊണ്ടിരിക്കും. കുട്ടിത്തം മാറാത്ത പ്രകൃതമാണ്. മീരയ്ക്കെന്തായാലും പത്തിരുപത്തിനാലു വയസ്സിൽ കുറയില്ല. ആണുങ്ങളെക്കാൾ വേഗത്തിൽ പക്വതയാർജ്ജിക്കുന്നവരാണ് സ്ത്രീകളെന്നാണ് കേട്ടിട്ടുള്ളത്. എന്നാൽ മീരയുടെ കാര്യത്തിൽ ഇതു മറിച്ചാണല്ലോ എന്നു പീർമുഹമ്മദ് ഓർത്തു. പീർമുഹമ്മദ് എന്തോ ചിന്തിക്കുന്നതു ശ്രദ്ധിച്ചിട്ടാവണം മീര പറഞ്ഞു:

"താങ്കളൊരു ഇൻട്രോവെർട്ടാണെന്നു തോന്നുന്നുവല്ലോ!

നിങ്ങൾ വന്നതുമുതൽ ഞാൻ ശ്രദ്ധിക്കുന്നു. ആരോടും സംസാരമില്ല. സൗഹൃദമില്ല. നിങ്ങൾക്ക് സാരമായെന്തോ കുഴപ്പം പറ്റിയിട്ടുണ്ട്."

"ഹെയ്," പീർമുഹമ്മദ് നിഷേധാർത്ഥത്തിൽ തലയാട്ടി.

"ഇനി വല്ല വിഷാദകാമുകനോ മറ്റോ ആണോ.

കവിയോ കലാകാരനോ മറ്റോ.

അതുമല്ലെങ്കിൽ അസ്തിത്വദുഃഖം

പേരിൽത്തന്നെയുണ്ടല്ലോ ഒരു സന്ന്യാസി.. പീർ.."

തന്റെ ജീൻസിന്റെ കുടുക്ക് മുകളിലേക്ക് കുലുക്കി ശരിയാക്കിക്കൊണ്ട് കളിയാക്കുന്ന മട്ടിലാണ് മീരയതു പറഞ്ഞത്. അതിന്റെ ഫലിതം സ്വയം ആസ്വദിക്കുംപോലെ മീരയൊന്നു ചിരിച്ചു.

മീര കാട്ടുചെടികൾക്കിടയിലൂടെ ഊടുവഴിയിലൂടെ താഴേക്കുഴ്ന്നിറങ്ങി. ശലഭങ്ങളെ പിടിക്കുന്നതിനുള്ള വലയുമെടുത്ത് പീർമുഹമ്മദ് അവർക്ക് പിന്നാലെ നടന്നു.

കാട്ടുമുൾച്ചെടികളിൽ തുണിയുടക്കാതെ സൂക്ഷിച്ചാണവർ കുന്നിറങ്ങിയത്. ചെറുപാറക്കെട്ടുകളും ഉരുളൻ കല്ലുകളും ഇടയ്ക്കിടെ അവർക്ക്

തടസ്സം സൃഷ്ടിച്ചുകൊണ്ടിരുന്നു. ഒരു കാട്ടുകല്ലിൽ പിടിച്ചു ചരിഞ്ഞിറ
ങ്ങുന്നതിനിടയിൽ പീർമുഹമ്മദ് പറഞ്ഞു:

"ഞാൻ പണ്ടേ അല്പം മുഷിടു സ്വഭാവക്കാരനാ."

അതുകേട്ട് മീര ഉച്ചത്തിൽ പൊട്ടിച്ചിരിച്ചു. എന്നിട്ട് ശ്വാസമടക്കി പാടു
പെട്ടുകൊണ്ടു പറഞ്ഞു:

"അതിതുവരെ മറന്നില്ലേ.

ഹേയ് പീർമുഹമ്മദ് അത്ര കുഴപ്പക്കാരനൊന്നുമല്ലന്നേ. അല്പം
ആപ്സന്റ് മൈന്റ് അത്രയേയുള്ളു. ശരിയല്ലേ?"

പീർമുഹമ്മദിന്റെ മനസ്സു മുഴുവൻ വായിച്ചറിഞ്ഞ ഗർവ്വോടെയാണ്
മീരയതു പറഞ്ഞത്. തന്നെക്കുറിച്ചുള്ള ചർച്ച ഒഴിവാക്കാനായി പീർമു
ഹമ്മദ് ദൂരെ പുൽമേടുകൾ ചൂണ്ടിക്കാട്ടി പറഞ്ഞു:

"ദേ അവിടെയാണ് ചിത്രശലഭങ്ങൾ പാറിപ്പറക്കുന്ന പുൽമേട്. നൂറു
കണക്കിന് വിവിധ ജാതി ചിത്രശലഭങ്ങൾ അവിടെയുണ്ട്. ചിത്രശലഭ
ങ്ങൾ മാത്രമല്ല പാമ്പുകളും മറ്റിഴജന്തുക്കളും അവിടെ കണ്ടേക്കാം. വന്യ
മൃഗങ്ങളും ധാരാളമുള്ള പുൽമേടാണിത്."

നരച്ച പുല്ലുകളിൽ വെയിൽ വീണു കിടക്കുന്നതു നോക്കിക്കൊണ്ട്
ഒരു പൊട്ടിപ്പെണ്ണിനെപ്പോലെ തുള്ളിത്തുള്ളി താഴേക്കു ചാടാൻ ശ്രമിച്ചു
കൊണ്ട് മീര പറഞ്ഞു:

"പ്ലീസ് പീർ കൈയൊന്നു തന്നു സഹായിക്കൂ."

എന്നിട്ടു തന്റെ കൈ പീർമുഹമ്മദിനു നേരെ നീട്ടി. ഒരുനിമിഷം
മനസ്സ് നഷ്ടപ്പെട്ടവനെപ്പോലെ പീർമുഹമ്മദ് എന്തോ ആലോചിച്ചു. എന്നിട്ട്
അനുസരണയോടെ കൈനീട്ടി മീരയുടെ മൃദുലമായ കരങ്ങളിൽ തൊട്ടു.
ഒരു നേരിയ വിറയൽ കൈകളിലേക്ക് പടർന്നുവോയെന്നു പീർമുഹമ്മദ്
സംശയിച്ചു. എന്നാൽ യാതൊരു ഭാവഭേദവും കൂടാതെ ചിരപരിചിതനാ
യൊരു കൂട്ടുകാരനെപ്പോലെ പീർമുഹമ്മദിന്റെ കൈകളിൽ തൂങ്ങി മീര
കാട്ടുക്കല്ലുകൾ ചാടിക്കടന്നു. എന്നിട്ടു പുൽമേടിന്റെ വിശാലമായ
സൗന്ദര്യം ആസ്വദിക്കുംപോലെ ഒന്നു വട്ടംകറങ്ങിച്ചാടിക്കൊണ്ടുപറഞ്ഞു:

"ദിസ് ഈസ് എ വണ്ടർഫുൾ വാലി. ഏദൻതോട്ടംപോലെ സുന്ദര
മായിരിക്കുന്നു. കാശ്മീർ കണ്ട മുഗൾചക്രവർത്തി ബാബറിനെപ്പോലെ
ഈ പുൽമേടു കണ്ട ഞാനും വിളിച്ചുപറയുന്നു. ഭൂമിയിലൊരു സ്വർഗ്ഗമു
ണ്ടെങ്കിൽ അതിതാണ്.. അതിതാണ്..."

മീരയുടെ തുള്ളിച്ചാട്ടവും അന്തംവിട്ടുള്ള പോക്കും കണ്ടിട്ടത്ര ഇഷ്ട
പ്പെടാത്തതുപോലെ പീർമുഹമ്മദ് പിറുപിറുത്തു.

"ഏദൻതോട്ടം ഞാൻ കണ്ടിട്ടില്ല."

"ങേ... ങേ! എന്താ പറഞ്ഞെ."

"ഹെയ് ഞാനൊന്നും പറഞ്ഞില്ല"

പീർമുഹമ്മദ് പറഞ്ഞു.

അത്ര വിശ്വാസം വരാത്തതുപോലെ മീര പറഞ്ഞു:

"ഈ സുന്ദരമായ പുൽമേടും വിവിധ നിറങ്ങൾ വാരിപ്പൂതച്ച ആയി

രക്കണക്കിന് ചിത്രശലഭങ്ങളെയും കണ്ടിട്ടും നിങ്ങളുടെ മനസിളകുന്നി ല്ലെങ്കിൽ ഞാൻ മുമ്പ് പറഞ്ഞത് തിരിച്ചെടുത്തിരിക്കുന്നു. താങ്കളൊരു പരമ ബോറനാണ്. താങ്കളുടെ ഉള്ളിൽ ഒരു കാമുകനും കവിയും കലാ കാരനുമൊന്നുമില്ല."

on wings of red, blue and green happiness is a butterfly

മീര എന്നിട്ടെന്തോ കവിതാശകലം ഓർത്തെടുക്കാൻ ശ്രമിച്ചു കൊണ്ടു പറഞ്ഞു: "എന്നിലൊരു കവിയുണ്ടായിരുന്നുവെങ്കിൽ ഞാന വിടെയിരുന്നു ഒരു മഹാകാവ്യം തന്നെ രചിക്കുമായിരുന്നു." എന്നിട്ട് മീര അവിടെയാകെ ചാടിക്കളിക്കാൻ തുടങ്ങി. ചിത്രശലഭങ്ങൾ മീരക്കുചുറ്റും വട്ടമിട്ടു പറന്നു. നിറമുള്ള മേഘക്കൂട്ടത്തെ പോലെ പുൽമേട്ടിലാകെ ചിത്രശലഭങ്ങൾ ഒഴുകി പറന്നുകൊണ്ടിരുന്നു. മീരയെ ഒന്നു ഭയപ്പെടുത്തി നിർത്തിയില്ലെങ്കിൽ ശരിയാകില്ലെന്ന് കണ്ട് പീർമുഹമ്മദ് പറഞ്ഞു.

"മീരാ, ആദിവാസികളെ കൂടാതെയാണ് ഇവിടെ വന്നത്. കാടറി യാതെ നമ്മളിവിടെ കൂടുതൽ സമയം ചെലവഴിക്കുന്നതു ശരിയല്ല. ധാരാളം കടുവകളുള്ള പ്രദേശമാണിവിടമെന്ന് ഞാൻ കേട്ടിട്ടുണ്ട്. സന്ധ്യക്ക് മുമ്പ് ചിത്രശലഭങ്ങളെ പിടിച്ചു നമുക്കു മടങ്ങണം."

കടുവയെന്നു കേട്ടതും മീരയുടെ ആഹ്ലാദകരമായ ചലനങ്ങളൊ ന്നടങ്ങി. ഒരു നേരിയ ഭയം മീരയുടെ മേൽപതയിട്ടതുപോലെ, എന്നാൽ അതു പുറത്തുകാട്ടാതെ മീര പറഞ്ഞു.

"ഇതുപോലൊരു പുൽമേടും ഇത്രയധികം ചിത്രശലഭങ്ങളെയും ഞാനാദ്യമായി കാണുകയാണ്. മുമ്പേ ഇവിടേക്കു വരേണ്ടതായിരുന്നു വെന്ന് മോഹിച്ചുപോകുന്നു. പട്ടണത്തിൽ വളർന്നതുകൊണ്ടാവാം ഇതൊക്കെ കാണ്ടിട്ട് ഞാനെന്നെ തന്നെ മറന്നുപോയി."

പീർമുഹമ്മദ് കൂടുതലൊന്നും പറയാൻ നിന്നില്ല.മീരയെപോലെ കുട്ടിച്ച പ്രകൃതമുള്ളവർക്ക് ഒരു നിസ്സാരകാര്യം മതി പിണങ്ങാൻ. വാശി ക്കാരിയുമായിരിക്കും. അതുകൊണ്ട് വെറുതെയൊരു ടെൻഷൻ ഉണ്ടാ ക്കണ്ടെന്നു കരുതി. പീർമുഹമ്മദ് ചിത്രശലഭങ്ങളെ പിടിക്കാനുള്ള വീശു വല തയ്യാറാക്കി. നൂറുകണക്കിന് വിവിധ ജാതി ചിത്രശലഭങ്ങളാണ് പാറി പറക്കുന്നത്. ഇവരുടെ കൂട്ടത്തിൽ നിന്ന് കോമൺ ബാൻഡഡ് പീക്കോ ക്കിനെയും ഇന്ത്യൻ റെഡ് അഡ്മിറലിനെയും ടൈഗർ ബട്ടർഫ്ളൈസി നെയുമൊക്കെ തിരിച്ചറിയുകയെന്നതു തന്നെ ബുദ്ധിമുട്ടാണ്. മീര പ്രകൃ തിയുടെ അവാച്യമായ ആത്മീയാനുഭൂതിയിൽ ലയിച്ചിരിക്കുകയാണെന്നു തോന്നുന്നു. ഏതൊക്കെയോ ശലഭങ്ങളെ കൈവീശി പിടിക്കുന്നുണ്ട്. പെട്ടെന്ന് ഒരുകൂട്ടം ശലഭങ്ങൾ പീർമുഹമ്മദിനരികിലേക്കു വന്നു. ഒരു വേട്ടക്കാരനെപ്പോലെ പീർമുഹമ്മദ് വലയുമായി തയ്യാറായി. "മീരാ അതാ ടൈഗർ പീർമുഹമ്മദ് വിളിച്ചുകുവി. മീര അതുകേട്ടതും നിലവിളിയോടെ ഓടിയടുത്തു. എന്താണ് സംഭവിച്ചതെന്നറിയാതെ പീർമുഹമ്മദ് സ്തബ്ധ നായി. മീര ഭയന്നു കിടുകിടുക്കുന്നതുപോലെ തോന്നി. എന്തുപറ്റി മീര. പീർമുഹമ്മദ് ആകാംക്ഷയോടെ ചോദിച്ചു. മീരയുടെ നാവിൽ നിന്നു ഭീതി

പുരണ്ട വാക്കുകൾ പൊഴിഞ്ഞു വീണു.

"ടൈഗർ."

അതുകേട്ട് പീർമുഹമ്മദ് പൊട്ടിച്ചിരിച്ചു. "ഹേയ് ഞാൻ ടൈഗർ ബട്ടർഫ്ലൈയുടെ കാര്യമാണ് പറഞ്ഞത്."

മീരയുടെ മുഖം ഒരു നിമിഷം സങ്കോചവും നാണവും കൊണ്ട് വിവർണ്ണമായി.

"പീർമുഹമ്മദ് ടൈഗർ എന്നു വിളിച്ചുകൂവിയപ്പോൾ ഞാൻ കരു തി.." മീര ചമ്മലോടെ പറഞ്ഞു.

ചിത്രശലഭങ്ങളുടെ കൂട്ടം വട്ടമിട്ടുപറക്കാൻ തുടങ്ങി. പീർമുഹമ്മദ് വലയുമായി ചീറ്റപ്പുലിയെപ്പോലെ അവയ്ക്കു നേരെ ചാടിവീണു.

"ക്യാച്ച്" സന്ദർഭത്തിന് ഒരയവുവരുത്താനായി മീര വിളിച്ചുപറഞ്ഞു: "തേയിലസഞ്ചിപോലെയുള്ള വലയിൽ കുറേ ചിത്രശലഭങ്ങളുമായി പീർമുഹമ്മദ് മീരയുടെ അരികിലേക്ക് വന്നുപറഞ്ഞു."

"ദിസ് വൺ ഡാർക്ക് ബ്ലൂ ടൈഗർ."

എന്നിട്ട് എന്തോ ഓർത്തപോലെ ഒന്നുറി ചിരിച്ചു.

"മഞ്ഞകലർന്ന ചിറകിന്റെ അരികിൽ കറുപ്പും വെളുപ്പും നിറഞ്ഞ ഈ ശലഭത്തെ കണ്ടില്ലേ ഇതാണ് പ്ലയിൻ ടൈഗർ. സ്ട്രിപ്പിസ് ടൈഗ റും. ഗ്ലാസി ബ്ലൂ ടൈഗറുമൊക്കെയിവിടെയുണ്ട്. കിട്ടുമോന്ന് ഒരു കൈനോ ക്കാം."

ചുകപ്പുപുള്ളികൾ നിറഞ്ഞ മനോഹരമായൊരു ചിത്രശലഭത്തെ കൈയിലെടുത്തുകൊണ്ട് മീര ചോദിച്ചു: "ഇതിന്റെ പേര്?"

"ക്രിംസൺ റോസ്. റോസാപ്പൂവിനെക്കാൾ മനോഹരമായിരുന്നു. മീരയതു പറഞ്ഞുകൊണ്ട് എന്തോ ചിന്തയിലാണ്ടു. ബട്ടർഫ്ലൈ ചിത്ര ശലഭങ്ങൾ പറക്കുന്നതുകണ്ട് വെണ്ണ പറക്കുന്നതായി തോന്നിയ സായി പ്പിനെക്കാൾ പൂ പറക്കുന്നതായി തോന്നിയ നമ്മുടെ കവിഭാവനതന്നെ യാണ് കേമം. പീർമുഹമ്മദ് ചിത്രശലഭങ്ങളെ തരംതിരിച്ച് വിവിധ അറ കളുള്ള തുകൽബാഗിൽവച്ചു. വീണ്ടും വലയുമായി ചിത്രശലഭങ്ങളുടെ നേർക്ക് പാഞ്ഞു നടന്നു. കിട്ടിയ ശലഭങ്ങളുമായി വന്ന് കുറച്ചെണ്ണത്തിനെ ബാഗിൽ സൂക്ഷിച്ചു. കുറേയെണ്ണത്തിനെ പുറത്തേക്ക് പറന്നുപോകാൻ അനുവദിച്ചു. സൗന്ദര്യംകുറഞ്ഞ ശലഭങ്ങളെയാണ് പുറത്തേക്ക് പറത്തി വിട്ടത്. വെറും സാധാരണ ശലഭങ്ങൾ!

കൂട്ടിൽ കിടക്കുന്ന ശലഭങ്ങൾക്ക് അതിന്റെ സൗന്ദര്യമാണല്ലോ ചതി യൊരുക്കിയതെന്ന് മീര വെറുതെ ആലോചിച്ചു. ഒരു പകിട്ടുമില്ലാതെ സാധാരണക്കാരായി ജീവിക്കുന്നവരാണ് ജീവിതം ആസ്വദിക്കുന്നത്. ഒരു കൊടുംകാറ്റിനും ഈ പുൽച്ചെടികളെ കടപുഴക്കാനാവില്ലല്ലോ എന്നു മീര ഓർത്തു. എന്നാൽ വൻമരങ്ങളുടെ ഗതിയതല്ല. പുൽമേട്ടിൽ ചിത്ര ശലഭങ്ങൾക്ക് പിന്നാലെ ഓടിക്കളിക്കുന്ന പീർമുഹമ്മദിനെ മീര നോക്കി. മുമ്പൊരിക്കലും നോക്കിയിട്ടില്ലാത്ത കണ്ണുകളോടെ പീർമുഹമ്മദ് വല യിൽ കുടുങ്ങിയ ശലഭങ്ങളെ സൂക്ഷ്മതയോടെ തുകൽബാഗിനുള്ളി

ഡേക്ക് വച്ചുകൊണ്ടു പറഞ്ഞു:

"ഇവിടെ നേരത്തെ ഇരുൾപരക്കും. ഇന്നത്തെ പണി മതിയാക്കാം. എന്താ."

മീരയതിനു മറുപടി പറഞ്ഞില്ല. അന്തിപൊൻവെട്ടം സുവർണനൂലുകൾ വിരിച്ച പുൽമേട്ടിൽ നിന്ന് കാട്ടിടവഴിയിലേക്ക് നോക്കി. അവിടെ വെള്ളിവെളിച്ചം കെട്ടു തുടങ്ങിയിരുന്നു. പിന്നെ പതുക്കെ നടന്നു.

"കാട്ടിൽ കാലത്തും വൈകുന്നേരങ്ങളിലും വളരെ കരുതലോടെ വേണം നടക്കാൻ. മിക്ക ജീവികളും ഇരതേടിയിറങ്ങുന്ന സമയമാണിത്. കാട്ടിൽ ഓരോ ജീവിക്കും ഇരതേടാൻ ഓരോ സമയവും ഓരോ വഴിയും ഉണ്ട്. കാട്ടിലെ നിയമങ്ങൾ വളരെ കർക്കശമാണ്. ആനത്താരയിലൂടെ പുലി പോകില്ല. കരടിയുടെ വഴി കടുവയും. ഇങ്ങനെ കാട്ടിലെ പാമ്പിനും അട്ടയ്ക്കും പൂച്ചിക്കുംവരെ സ്വന്തമായ വഴിത്താരകളുണ്ട്."

പീർമുഹമ്മദിനോട് ചേർന്നു നടന്നുകൊണ്ട് മീര പറഞ്ഞു.

"നമ്മൾ മനുഷ്യരുടെ വഴിയിലൂടെ തന്നെയാണല്ലോ നടക്കുന്നത്?"

അതുകേട്ട് പീർമുഹമ്മദ് ചിരിച്ചു. മീരയും ചിരിച്ചു.

ചില ചെങ്കുത്തായ വഴികളിൽ മീര ആവശ്യപ്പെടാതെ തന്നെ പീർമുഹമ്മദ് മീരയെ പിടിച്ചുകയറ്റി. ചുറ്റും ഇരുൾമൂടിത്തുടങ്ങി. തണുപ്പ് പച്ചിലപ്പടർപ്പുകളെ ഈറനണിയിക്കാൻ തുടങ്ങി. കാട്ടിൽ ഇരുൾ വീഴാൻ തുടങ്ങിയാൽ തുലാമഴ പോലയതു പെയ്തിറങ്ങും. ദൂരെ ആദിവാസികളുടെ ചലനങ്ങൾ അവ്യക്തമായി കാണാം. അവരുടെ ചിലമ്പിച്ച ശബ്ദം അടുത്തടുത്തുവരുന്നു.

പീർമുഹമ്മദ് ഒച്ച ഉയർത്തി കൂക്കിട്ടു. ഉടൻ മറു കൂവൽ വന്നു. പീർമുഹമ്മദ് ദീർഘനിശ്വാസമുതിർത്തുകൊണ്ട് പറഞ്ഞു. സമാധാനമായി. കുറച്ചു നിമിഷങ്ങൾക്കുള്ളിൽ മൂന്നാലാദിവാസികൾ അവിടേക്കു വന്നു. എന്നിട്ടവർ നായ്ക്കളെപോലെ ചുറ്റും മണംപിടിച്ചു. അവരുടെ കൃഷ്ണമണികൾ വികസിച്ചു. എന്നിട്ടു ശബ്ദമടക്കി പറഞ്ഞു:

"സാറെ പുലിയിറങ്ങിയിട്ടുണ്ട്."

അവർ പുലിക്കുന്തം ഒരു പ്രത്യേക ഭാവചലനത്തോടെ ചലിപ്പിച്ചു. നീണ്ട അരിവാൾ ഏണിൽ താളം തുള്ളി മീരയും പീർമുഹമ്മദും ഭയം ഉള്ളിലൊളിപ്പിച്ച് ഒരക്ഷം ഉരിയാടാതെ അവർക്ക് പിന്നാലെ നടന്നു. ആദിവാസികൾക്കു പിന്നാലെ കാട്ടിലൂടെ നടക്കുന്നത് ഒരാശ്വാസം തന്നെയാണ്. വല്ലാത്തൊരു സുരക്ഷിതത്വബോധം തോന്നും. ശരിക്കുമത് ഇപ്പോൾ അനുഭവിക്കുകയാണ്, പീർമുഹമ്മദ് മനസ്സിലോർത്തു.

പ്രോജക്ട് ഓഫീസിനു മുമ്പിൽ ഡോ. സൂസനയും ഡോ. ഫിലിപ്പും കാത്തുനില്പുണ്ടായിരുന്നു. മീര ടൈഗർ ബട്ടർഫൈയെ പുറത്തെടുത്ത് കാട്ടി. സന്തോഷപൂർവ്വം ഡോ. സൂസന അതിനെ കൈയ്യിലെടുത്തു. ഡോ. ഫിലിപ്പിനോട് എന്തോ പറഞ്ഞു. ജർമ്മൻഭാഷയിലാവണം. ആദിവാസികൾ മരുന്നു പുരയുടെ സമീപത്തേക്ക് നടന്നു പറഞ്ഞു. സൂസന ചിത്രശലഭങ്ങളുടെ തുകൽബാഗും വാങ്ങി. മുറിക്കുള്ളിലേക്ക് നടന്നു.

മീരയും പീർമുഹമ്മദും അവർക്കു പിന്നാലെ നടന്നു. അവർ ഒരു കട്ടി
യുള്ള ബുക്ക് എടുത്തു മറിച്ചു. അതിന്റെ ഓരോ പേജിലും ഓരോ ചിത്ര
ശലഭങ്ങൾ ജീവനറ്റുറങ്ങുന്നു. അതിലൊരു പേജിലേക്ക് തുകൽബാഗിൽ
നിന്നൊരു ചിത്രശലഭത്തെ എടുത്തു ശ്രദ്ധാപൂർവ്വം ഒട്ടിച്ചുവച്ചു. എന്നിട്ട്
ബുക്ക് ശരിയായി അടച്ചു. ബുക്കിനുള്ളിൽ ഒരു പിടച്ചിൽ. ബുക്കിന്റെ
നാലുവശവും അമർത്തി ശരിപ്പെടുത്തി. മീരയതു കണ്ട് മുഖം തിരിച്ചു.
ഒരു നിമിഷം കഴിഞ്ഞ് ബുക്ക് തുറക്കുമ്പോൾ ചിത്രശലഭം താളിൽ
ചേർന്നമർന്ന് നിശ്ചലമായിരിക്കുന്നു. പീർമുഹമ്മദിനും മനസ്സ് നൊന്തു.
എത്ര നിസ്സാരമായാണവർ ശലഭത്തിന്റെ ജീവനെടുത്തത്. സൂസന്ന
ചുവന്ന മഷിയുള്ള പേനയെടുത്തെഴുതി.

ബ്ലൂ ടൈഗർ ഫ്രം വെസ്റ്റേൺ ഗാട്ട് – ഇന്ത്യ – കേരള–നവംബർ 17.
പീർമുഹമ്മദ് പുറത്തേക്കു നടന്നു. ദൂരെ മലമുകളിൽ നക്ഷത്രക്കൂട്ടങ്ങൾ
കണ്ണുചിമ്മിക്കരയുന്നു. നിറംപൊഴിച്ച ചിത്രശലഭങ്ങളുടെ ഒരുകൂട്ടം കുന്നി
റങ്ങിവരുന്നതായി പീർമുഹമ്മദിനു തോന്നി. ചിത്രശലഭങ്ങൾ മുഖത്തു
രുമി കളിക്കുന്നു. പീർമുഹമ്മദിനു വല്ലാതെ തണുത്തു. പതിയെ മുറിക്ക
രികിലേക്കു നടന്നു. വെളുത്ത ശലഭക്കൂട്ടങ്ങൾ നിലവിളിച്ചുകൊണ്ട് മുറി
യുടെ വാതുക്കൽ വന്നു മുട്ടുന്നു. ജനൽപാളികൾക്കിടയിലൂടെ തണുത്ത
ചിറകുകൾ വീശിയവ തന്റെ അരികിലേക്ക് ഒഴുകിവരുകയാണെന്ന
യാൾക്ക് തോന്നി. പീർമുഹമ്മദ് വേഗം ജനൽ കർട്ടൻ വലിച്ചിട്ടു. മരക്കട്ടി
ലിൽ കമ്പിളി കുടഞ്ഞുവിരിച്ചു. പുറത്തൊരു പെണ്ണിന്റെ കുണുങ്ങിച്ചി
രി. പീർമുഹമ്മദ് ജനൽപാളി തുറന്നുനോക്കി. അരണ്ടവെളിച്ചത്തിൽ
വെപ്പുകാരൻ മത്തായി ഒരു കാട്ടുപെണ്ണിന്റെ തോളിൽ കൈയിട്ട് നടന്നു
പോകുന്നു. പീർമുഹമ്മദ് ജനൽപാളി വലിച്ചടച്ച് കൊളുത്തിട്ടു.

രണ്ട്

മഞ്ഞുപുതച്ച വെളുപ്പാൻകാലത്ത് മുടിപ്പുതച്ചു കിടന്നുറങ്ങാൻ
മോഹിക്കാത്തവരായി ആരെങ്കിലും ഉണ്ടാകുമോ? കുറച്ചുനേരം പാതിമ
യക്കത്തിലാണ്ടു സുഖിച്ചുകിടന്നപ്പോഴേക്കും വാതിലിൽ മുട്ടുകേട്ടു.
പ്രോജക്ട് ഓഫീസിൽ നിന്ന് മുരുകപ്പനോ, രാജശേഖരനോ മറ്റോ
ആവും... ശല്യം. പീർമുഹമ്മദ് വീണ്ടും തിരിഞ്ഞും മറിഞ്ഞും കിടന്നു.
പിന്നെ അസ്വസ്ഥതയും ഉറക്കച്ചടവം കൂടിക്കുഴഞ്ഞ ശബ്ദത്തിൽ വിളിച്ചു
ചോദിച്ചു.

"ആരാ?"

"മീര." അടക്കിയ ശബ്ദത്തിലാണ് മീര അതു പറഞ്ഞത്.

പീർമുഹമ്മദ് വേഗത്തിൽ എണീറ്റ് ചിതറിക്കിടന്ന തുണികളൊക്കെ
പെറുക്കി ഒരു മൂലയിട്ടു. കിടക്ക കുടഞ്ഞുവിരിച്ചു. മേശപ്പുറത്ത് പുസ്ത
കങ്ങൾ അടുക്കിവച്ചു. എന്നിട്ട് വാതിൽ തുറന്നു.

മീര വെളുപ്പാൻ കാലത്തെ കുളിച്ച് ഈറനണിഞ്ഞ മുടിക്കെട്ടുകളു

മായി വന്ന് മുന്നില്‍ നില്‍ക്കുന്നു. എന്നിട്ടും നേരിയ മഞ്ഞില്‍ ചുണ്ടുകള്‍ വരണ്ടിരിക്കുന്നു. തവിട്ടു നിറമുള്ള ചുണ്ടുകളെ മഞ്ഞ് കൂടുതല്‍ ഇരുണ്ടതാക്കിയിരിക്കുന്നു. വെളുത്ത മുഖത്തിന് കറുപ്പുകലര്‍ന്ന ചുണ്ടുകള്‍ അഴക് കൂട്ടിയിട്ടുണ്ട്.

"എന്താ മീരാ കാലത്തേ?"

പീര്‍മുഹമ്മദ് ആകംക്ഷയോടെ ചോദിച്ചു. പീര്‍മുഹമ്മദ് ക്ഷണി ക്കാതെ തന്നെ മീര മുറിക്കുള്ളിലേക്കു കയറി. എന്നിട്ട് ചുറ്റും കണ്ണോടി ച്ചുകൊണ്ടു പറഞ്ഞു:

'നമുക്ക് താഴ്‌വാരത്തെ ടൗണ്‍വരെയൊന്നു പോകണം. പ്രോജ ക്ടിന്റെ ചീഫ് ന്യൂയോര്‍ക്കില്‍ നിന്ന് വന്നിട്ടുണ്ട്. വനം വകുപ്പിന്റെ ഗസ്റ്റ് ഹൗസില്‍ നമ്മെ കാത്തിരിക്കുകയാണ്. സര്‍പ്രൈസ് വിസിറ്റാണ്. അദ്ദേ ഹത്തിന്റെ വരവുമായി ബന്ധപ്പെട്ട് ഓഫീസിലുള്ളവരൊക്കെ തിരക്കി ലാണ്. അതുകൊണ്ട് നമ്മള്‍ രണ്ടാളുംകൂടിപ്പോയി അദ്ദേഹത്തെ കൂട്ടി ക്കൊണ്ടുവരണം."

"പോകാം." പീര്‍മുഹമ്മദ് പറഞ്ഞു.

എന്നിട്ട് ഒരു നിമിഷത്തെ മൗനത്തിനുശേഷം ചോദിച്ചു: "അദ്ദേഹ ത്തിന്റെ പേര്?"

"ഒരു പേരില്‍ എന്തിരിക്കുന്നു" മീര കളിയാക്കുന്നതുപോലെ ചോദി ച്ചു. തന്റെ മറുപടി പീര്‍മുഹമ്മദിന് ഇഷ്ടമായില്ലെന്ന് അയാളുടെ മുഖഭാ വത്തില്‍നിന്നുതന്നെ മീരയ്ക്കു മനസ്സിലായി. മീരയതുകണ്ട് ഒരു പ്രത്യേ കഭാവത്തില്‍ പുരികക്കൊടി ഉയര്‍ത്തി മുഖം ചുളിച്ചു, എന്നിട്ടു പറഞ്ഞു:

"ഇതു ഞാന്‍ ചോദിച്ചതല്ല. സാക്ഷാല്‍ ഷേക്‌സ്പിയര്‍ ചോദിച്ചതാ ണ്. അതുകൊണ്ട് എന്നോട് പരിഭവമൊന്നും വേണ്ട."

"റോബോര്‍ട്ട് ക്ലൈവ്, മധ്യവയസ്‌കന്‍. ഇംഗ്ലീഷുകാരന്‍ ഇപ്പോള്‍ കാര്യങ്ങളെല്ലാം വ്യക്തമാണല്ലോ."

ഒരു വിജയഭാവത്തോടെ മീര നിന്നു.

"മീര ഇരിക്കൂ. ഞാനുടനെ കുളിച്ചുവരാം!"

പീര്‍മുഹമ്മദ് തറയിലെവിടെയോ നിന്നൊരു തോര്‍ത്ത് തപ്പിയെ ടുത്തു നിവര്‍ന്നു. എന്നിട്ട് ഒരു ഇളിഭ്യച്ചിരിയോടെ പുറത്തേക്കു നടന്നു.

മേശപ്പുറത്തിരുന്ന ചില പുസ്തകങ്ങളില്‍ മീരയുടെ കണ്ണുകള്‍ ഉട ക്കി. *ബോഡ്സ് ഓഫ് ഇന്ത്യ ആന്റ് പാകിസ്ഥാന്‍. വണ്‍ സ്ട്രാ റെവല്യൂ ഷന്‍. ബഷീറിന്റെ പാത്തുമ്മയുടെ ആട്, സുന്ദരന്മാരും സുന്ദരികളും.* പുസ്തകങ്ങള്‍ക്കിടയില്‍ കുറച്ചു കടലാസില്‍ എന്തൊക്കെയോ കുത്തി ക്കുറിച്ചുവച്ചിരിക്കുന്നു. അതു വായിക്കണമോ വേണ്ടയോ എന്ന് മീര യെന്നു ശങ്കിച്ചു. തന്റെ ആകാംക്ഷയെ തടഞ്ഞുനിര്‍ത്താന്‍ മീരക്കായി ല്ല. കടലാസ് നിവര്‍ത്തി തലക്കെട്ടുവായിച്ചു.

'മഴയത്തുവന്ന പെണ്‍കുട്ടി' നാലഞ്ചുവരികള്‍ വായിച്ച് പിന്നീട് ഒന്നോടിച്ചു നോക്കിയിട്ട് പേപ്പര്‍ പഴയതുപോലെ ഇരുന്നിടത്തുമടക്കിവ ച്ചു. കഥയെഴുതാനുള്ള ശ്രമമാണതെന്ന് മീരക്കു മനസ്സിലായി. പക്ഷേ

ഒരു നല്ല കഥയുടെ ക്രാഫ്റ്റില്ല. എഴുതാൻ ശ്രമിച്ചു പരാജയപ്പെട്ട കഥ
യാവും. മീര മനസ്സിലോർത്തു.

ബേഡ്സ് ഓഫ് ഇന്ത്യ ആന്റ് പാകിസ്ഥാൻ കൈയിലെടുത്തു.
അതിലെ മനോഹരമായ ചിത്രങ്ങൾ മറിച്ചുനോക്കിക്കൊണ്ട് പിറുപിറു
ത്തു. "ഇന്ത്യയിലെയും പാകിസ്ഥാനിലെയും പക്ഷികളെക്കുറിച്ചെഴുതാൻ
ഒരു വിദേശി തീർച്ചയായും ഇടനിലക്കാരായി വേണം." എന്നിട്ടതിന്റെ
ഫലിതം സ്വയം ആസ്വദിക്കുംപോലെ ചിരിച്ചു. പീർമുഹമ്മദ് നടവഴിയി
ലൂടെ പുഴക്കടവിലേക്ക് നടന്നു. ചുറ്റും ചെറു ജീവികളുടെ ഒച്ച ഉയർന്നു
കേൾക്കുന്നുണ്ട്. അയാൾ പുഴയിലേക്കിറങ്ങി തണുത്ത വെളുപ്പാൻകാ
ലത്തും പുഴയ്ക്കുള്ളിൽ ഇളം ചൂട് പ്രകൃതി ഒളിപ്പിച്ചുവച്ചിരിപ്പുണ്ടല്ലോ
എന്നയാൾ അത്ഭുതം കൂറി. എന്തെല്ലാം രഹസ്യങ്ങൾ ഒളിപ്പിച്ചുവച്ചാണ്
ഓരോ പുഴയും ഒഴുകുന്നത്. പുഴയിൽ മുങ്ങിനിവർന്നു.

കാടിന്റെ ശബ്ദത്തിനും മീതെ പീർമുഹമ്മദ് ഉറക്കെ ചിന്തിച്ചു. മീര
എത്ര സുന്ദരിയാണ്. സുന്ദരമായ മുഖമുള്ളവരെല്ലാം നല്ലവരാണോ? അറി
യില്ല. മീരയെ കാണുമ്പോൾ ഒരു സന്തോഷം തോന്നുന്നു. പുഴയ്ക്ക
ക്കരെ കാട്ടിനുള്ളിൽ നിന്ന് നീർപക്ഷികളുടെ കരച്ചിൽ അവ്യക്തമായി
കേൾക്കാം. പ്രാചീനമായ ഏതോ വാദ്യോപകരണങ്ങളിൽ നിന്നുയരുന്ന
മേളംപോലെയുണ്ട്. പുഴയും കടന്ന്, പുൽമേടുകൾക്കും കാട്ടുമരങ്ങൾക്കു
മിടയിലൂടെ ഒരിക്കൽ പക്ഷിത്താവളത്തിലൊന്നു പോകണമെന്ന് പീർമു
ഹമ്മദ് മനസ്സിലോർത്തു. വെള്ളാരംകല്ലുകൾക്കിടയിലൂടെ വേഗം നടന്ന്
ഈറ്റക്കാടിനു വലംചുറ്റി പീർമുഹമ്മദ് മുറിയിലെത്തി. മീരയെ മുറിയി
ലെങ്ങും കണ്ടില്ല. മേശപ്പുറത്തൊരു കുറിപ്പുകണ്ടു: "ഓഫീസിലേക്ക്
പോകുന്നു. വേഗം വരുമല്ലോ?"

മീര ഇവിടെയിരുന്നാൽ നേരെചൊവ്വേ തുണിമാറാൻ പോലുമാവി
ല്ല. മീര പോയതു നന്നായി. പീർമുഹമ്മദ് മനസ്സിലോർത്തു.

പീർമുഹമ്മദ് ഇളംതവിട്ടുനിറത്തിലുള്ള ജീൻസ് എടുത്തു ധരിച്ചു.
ഒന്നുരണ്ടുടുപ്പ് എടുത്തുപരിശോധിച്ചിട്ട് സ്വയം ഇഷ്ടപ്പെടാത്തതുപോലെ
മാറ്റിവച്ചു. പച്ചയിൽ ഇളം ഓറഞ്ചുനിറങ്ങൾ കുത്തിയ ഉടുപ്പെടുത്ത്
അതിന്റെ സൗന്ദര്യം ഒരുനിമിഷം ആസ്വദിച്ചശേഷമതിട്ടു. എന്നിട്ടു മുറി
പൂട്ടി വേഗം ഓഫീസിലേക്ക് നടന്നു. ഓഫീസിന്റെ വാതുക്കൽ തന്നെ
മീരകാത്തുനിൽക്കുന്നുണ്ടായിരുന്നു. പീർമുഹമ്മദിനെ കണ്ടതും മീര മുറ്റ
ത്തേക്കിറങ്ങിവന്നു.

അവർ പരസ്പരം ഉരിയാടാതെ കാട്ടുപൊന്തയ്ക്കും മുളങ്കാടു
കൾക്കും കാട്ടുതെങ്ങുകൾക്കുമിടയിലൂടെയുള്ള ഊടുവഴികളിലൂടെ നട
ന്നു. കാട്ടുമുള്ളുകളും പുല്ലുകളും പടർന്നു കിടക്കുന്ന അടിക്കാടുകൾക്കി
ടയിലെ നടപ്പാതയിലൂടെ വളരെ സൂക്ഷിച്ചാണവർ നടന്നു നീങ്ങിയത്.
ദൂരെ പുഴ ഒരു അരിഞ്ഞാണം പോല നേർത്തുകിടക്കുന്നു. പ്രഭാതകി
രണങ്ങൾ പുഴയിൽ തട്ടി ചുറ്റും പ്രകാശം പരത്തുന്നു. യാത്രക്കിടയിൽ
കാര്യമായൊന്നും അവർ സംസാരിച്ചില്ല. മീരയെന്തോ ഗൗരവമായ ചിന്ത

യിലാണെന്നു പീർമുഹമ്മദിനു തോന്നി. സംസാരിച്ചു ശല്യം ചെയ്യേണ്ട
ന്നുകരുതി മലഞ്ചെരുവുകളുടെ സൗന്ദര്യം നോക്കി അയാൾ നടന്നു.
താഴ്വാരത്തു പ്രോജക്ട് ഓഫീസിന്റെ ജീപ്പ് അവരെയും കാത്തുകിട
പ്പുണ്ടായിരുന്നു. അതിൽ കയറി അവർ യാത്രതിരിച്ചു.

വനം വകുപ്പിന്റെ ഗസ്റ്റ്ഹൗസിൽ റോബർട്ട് ക്ലൈവ് അവരെയും പ്രതീ
ക്ഷിച്ചവിടെ ഇരിപ്പുണ്ടായിരുന്നു. മീരയും പീർമുഹമ്മദും റോബർട്ട്
ക്ലൈവിനരികിലെത്തി സ്വയം പരിചയപ്പെടുത്തി. പ്രോജക്ട് ഓഫീസിൽ
നിന്നും എത്തിയതാണന്നറിയിച്ചപ്പോൾ അദ്ദേഹം പീർമുഹമ്മദിന്റെയും
മീരയുടെയും കൈകൾ പിടിച്ചു സന്തോഷപൂർവ്വം കുലുക്കുകയും
എന്തോ തമാശ പൊട്ടിച്ച് സ്വയം ചിരിക്കുകയും ചെയ്തു. റോബർട്ട്
ക്ലൈവ് എന്താണ് പറഞ്ഞതെന്ന് പീർമുഹമ്മദിന് മനസിലായില്ല.
ആരെയും ആകർഷിക്കുന്ന വ്യക്തിത്വമായിരുന്നു റോബർട്ട് ക്ലൈവിന്റെ
ത്. ആകർഷകമായി ഡ്രെസ് ചെയ്തിരുന്ന അദ്ദേഹം വളരെ ഊർജ്ജ
സ്വലനുമായിരുന്നു. മേലധികാരിയുടെ തലക്കനമില്ലാതെ നല്ലൊരു മനു
ഷ്യനായാണ് റോബർട്ട് ക്ലൈവിനെക്കുറിച്ചു പീർമുഹമ്മദിനു തോന്നിയ
ത്. റോബർട്ട് ക്ലൈവ് ഊർജ്ജസ്വലതയോടെ എന്തൊക്കെയോ സംസാ
രിച്ചുകൊണ്ടിരുന്നു. എന്നാൽ നല്ലൊരുഭാഗവും പീർമുഹമ്മദിനും
മീരയ്ക്കും മനസിലായില്ല. പീർമുഹമ്മദ് കൂടെകൂടെ യെസ്, യാ നീ
ങ്ങനെ മൂളിക്കൊണ്ടിരുന്നു. റോഡിലൂടെ ജനങ്ങൾ തിങ്ങിനിരങ്ങി നീങ്ങു
ന്നതിനിടയിലൂടെ ഇവിടെ വാഹനങ്ങൾ എങ്ങനെ ഓടിച്ചുനീക്കുന്നുവെ
ന്നതിൽ റോബർട്ട് ക്ലൈവ് അത്ഭുതം കുറി. എന്നാൽ സംസാരത്തിനിട
യിൽ ഒരിക്കൽപോലും തന്റെ പൂർവികർ അടക്കിവാണ ഭൂമിയാണിതെന്ന
ഓർമപ്പെടുത്തലുകളൊന്നും അദ്ദേഹത്തിൽ നിന്നുണ്ടായില്ലന്ന് പീർമുഹ
മ്മദ് ഓർത്തു.

സാധാരണ ഏതൊരു ബ്രിട്ടീഷുകാരനും ഒറ്റി നൽകിയ ഭൂമിയിലേക്ക്
ജന്മിവരുന്ന ഭാവത്തോടെയാണിപ്പോഴും ഇന്ത്യയിലേക്ക് വരുക. ആവ
ശ്യമില്ലാതെ തന്നെ നമ്മെ ബ്രിട്ടീഷ് ഭരണകാലത്തേക്ക് കുട്ടിക്കൊണ്ടു
പോവുകയും ചെയ്യും. എന്നാൽ റോബർട്ട് ക്ലൈവ് തികച്ചും മാന്യനാ
ണെന്ന് പീർമുഹമ്മദിനു തോന്നി. ജീപ്പിൽ നിന്നിറങ്ങി ചെങ്കുത്തായ ഊടു
വഴികളിലൂടെ അവർ പ്രോജക്ട് ഓഫീസിലേക്ക് നടന്നു. കുറ്റിക്കാട്ടിലും
നിലത്തും പാറിപ്പറക്കുന്ന ചെറുപ്രാണികളെ ചൂണ്ടിക്കാട്ടി അദ്ദേഹം
എന്തൊക്കെയോ പറയുന്നുണ്ടായിരുന്നു. റോബർട്ട് ക്ലൈവിനു കുന്നുക
യറുന്നതിനൊന്നും യാതൊരു വിഷമവും തോന്നിയില്ല. എന്നാൽ അദ്ദേ
ഹത്തോടൊപ്പം കുന്നുകയറാൻ മീരയും പീർമുഹമ്മദും നന്നായി വിഷ
മിച്ചു. റോബർട്ട് ക്ലൈവിന് അതു മനസ്സിലായിട്ടുണ്ടാവണം. പലപ്പോഴും
അവർക്കായി റോബർട്ട് ക്ലൈവ് കാത്തുനിന്നു.

റോബർട്ട് ക്ലൈവിന്റെ കുന്നുകയറ്റം അത്ഭുതം വിടർന്ന മിഴികളോടെ
മീരയും പീർമുഹമ്മദും ശ്രദ്ധിക്കുന്നതുകണ്ട് അദ്ദേഹം പറഞ്ഞു.

"ട്രക്കിങ്ങിലാണ് എനിക്കു കമ്പം. ആൽപ്സ് കീഴടക്കി ഒരിക്കൽ

എവറസ്റ്റിന്റെ മുക്കാൽ പങ്കും കയറിയതാണ്. മോശം കാലാവസ്ഥകാ
രണം കുന്നിറങ്ങേണ്ടിവന്നു. കഴിയുമെങ്കിൽ ഈ സീസണിൽ ഒന്നു ശ്രമി
ക്കണമെന്നുണ്ട്."

മീരയും പീർമുഹമ്മദും ആദരവോടെ റോബോർട്ട് ക്ലൈവിന്റെ വർത്ത
മാനം കേട്ടുനടന്നു. പ്രോജക്ക്ട് ഓഫീസിന്റെ വാതുക്കൽ ഡോ. സൂസന്നും
ഡോ. ഫിലിപ്പും കാത്തുനില്പുണ്ടായിരുന്നു. റോബർട്ട് ക്ലൈവിനെ
കണ്ടതും അവർ ആഹ്ലാദത്തോടെ ഒരു ശബ്ദം പുറപ്പെടുവിച്ചു സ്വീകരി
ച്ചു. റോബർട്ട് ക്ലൈവ് ഡോ. സൂസന്നയുടെ ചുണ്ടുകളിലേക്ക് തന്റെ ചുണ്ട
കൾ വിടർത്തി ചേർത്ത് ആശ്ലേഷിച്ചു. ഡോ. ഫിലിപ്പിന്റെ കൈകൾ പിടി
ച്ചുകുലുക്കി. മൂവരും ആഹ്ലാദത്തിലും ഉന്മേഷത്തിലുമായിരുന്നു. അവ
രെന്തൊക്കെയോ സംസാരിച്ചു ജർമൻഭാഷയിലോ ഫ്രഞ്ച് ഭാഷയിലോ
മറ്റോ ആകും. തങ്ങളുടെ സാമീപ്യം അവിടെ ആവശ്യമില്ലെന്ന് മനസി
ലാക്കിയ മീര തന്റെ മുറിയിലേക്ക് നടന്നു. പീർമുഹമ്മദ് കുന്നിൻചരുവി
ലേക്ക് വെറുതെ നടക്കാനിറങ്ങി.

സുവർണ്ണപ്രഭയുള്ള പുൽമേടുകൾക്കിടയിൽ കറുത്തപാറകൂട്ടങ്ങൾ
തലയെടുപ്പോടെ നില്ക്കുന്നു. കുന്നിന്റെ നെറുകയിൽ നിന്നു പച്ചപ്പ്
താഴോട്ടൊലിച്ചിറങ്ങിയതുപോലെ ഷോലക്കാടുകൾ കാണാം. കീഴ്ക്കാം
തൂക്കായ പാറക്കെട്ടുകൾക്കിടയിലൂടെ അള്ളിപ്പിടിച്ച് അവ കുന്നിന്റെ മുക
ളിലേക്ക് അടിവച്ചടിവച്ചു കയറിവരുമ്പോലെയുണ്ട്.

പാറക്കെട്ടുകൾക്ക് മുകളിൽ നിന്ന് പീർമുഹമ്മദ് താഴ്‌വാരത്തേക്ക്
നോക്കി. ആകാശംപോലെ അനന്തമായ താഴ്‌വാരം. പച്ചയും തവിട്ടും
നിറങ്ങൾ ഇടകലർത്തി വരച്ച ചിത്രം പോലെയുണ്ട്. താഴ്‌വാരത്തെ ചെറു
കുന്നുകൾ പിള്ളേർ മണ്ണിൽ തീർക്കുന്ന ചിരട്ടയപ്പം പോലെയുണ്ട്. പീർമു
ഹമ്മദ് ഒരു പരന്ന പാറക്കല്ലിൽക്കയറി ചമ്രം പടഞ്ഞിരുന്നു. പടിഞ്ഞാറു
നിന്നും നല്ല കാറ്റ് വീശുന്നുണ്ട്. താഴ്‌വാരത്തെ കാടുലയുന്ന ശബ്ദം
കേൾക്കാം. കാറ്റിനു ശക്തി കൂടിക്കൂടി വന്നു. പുല്ലുകൾ കാറ്റിൽ ഇളകി
യാടി തിമിർക്കുകയാണ്. കാറ്റ് തന്നെ തൂക്കിയെടുത്തു പറത്തിക്കളയു
മെന്ന് പീർമുഹമ്മദിനു തോന്നി. കാറ്റിന്റെ മുരൾച്ച കുന്നിൽ പ്രകമ്പനം
കൊള്ളാൻ തുടങ്ങി. മനസ്സിൽ അകാരണമായൊരു ഭീതി ഉരുണ്ടുകുടാൻ
തുടങ്ങി. ഒറ്റയ്ക്കവിടെ ഇരിക്കുന്നതു ശരിയല്ലെന്നു തോന്നി. പീർമുഹ
മ്മദ് എണീക്കാൻ ആഞ്ഞപ്പോൾ ആരുടെയൊക്കെയോ ചിലമ്പിച്ച ശബ്ദം
കേൾക്കാൻ തുടങ്ങി. പീർമുഹമ്മദ് ചുറ്റുംനോക്കി. കുന്നിൽചരുവിലെ
ഷോലെക്കാടുകളിൽ നിന്ന് കുറച്ചാദിവാസികൾ കുന്നുകയറിവരുന്നു.
പീർമുഹമ്മദിന് ആശ്വാസം തോന്നി. പ്രോജക്ക്ട് ഓഫീസിലെ ദിവസ
ക്കൂലിക്കാരായ ആദിവാസികളാണ്. അവർ കാട്ടിൽ മരുന്നുപറിക്കാൻ
പോയതാവും. അവരടുത്തുവന്നപ്പോൾ മുതിർന്ന ആദിവാസി ആദിച്ചൻ
മുതുകുവളച്ച് ബഹുമാനപൂർവ്വം പറഞ്ഞു:

"സാറെ ഇവിടെ ഒറ്റക്കിരിക്കരുത്. പേയും പിശാശും ജീവിക്കണ
സ്ഥലാ. ഞങ്ങടെ എത്ര പെമ്പിള്ളേരിവിടെ നിന്നു താഴേക്ക് ചാടി ചത്തി

രിക്കുന്നു"

ഒരാത്മഹത്യാ മുനമ്പ് ഈ കുന്നിൽചരിവിലും ഉണ്ടെന്നറിഞ്ഞപ്പോൾ പീർമുഹമ്മദിനു കൗതുകം തോന്നി. എന്നാൽ അതേക്കുറിച്ചു ചോദിച്ചി ല്ല. ആദിവാസികൾക്കു പിന്നാലെ പ്രോജക്ട് ഓഫീസിലേക്ക് നടന്നു. ആകാശത്തു മേഘങ്ങൾ ഉരുണ്ടുകൂടുകയും ഓടിമറയുകയും ചെയ്തു കൊണ്ടിരുന്നു.

വൈകുന്നേരത്തോടെ റോബർട്ട് ക്ലൈവ് മടക്കയാത്രയ്ക്ക് തയ്യാറെ ടുപ്പുതുടങ്ങി. പ്രതീക്ഷിച്ചതുപോലെ അദ്ദേഹത്തെ കൊണ്ടാക്കുന്ന ജോലിയും പീർമുഹമ്മദിന്റെയും മീരയുടെയും ചുമതലയായി. പീർമുഹ മ്മദും മീരയും റോബർട്ട് ക്ലൈവിനൊപ്പം കുന്നിറങ്ങി. കയറ്റത്തെക്കാൾ ശ്രമകരമാണ് കുന്നിറക്കമെന്നു പീർമുഹമ്മദിനു തോന്നി. എന്നാൽ ഒരു കുരങ്ങന്റെ മെയ്‌വഴക്കത്തോടെ റോബർട്ട് ക്ലൈവ് ചാടിച്ചാടി പൊയ്‌ക്കൊ ണ്ടിരുന്നു. റോബർട്ട് ക്ലൈവിനെ ഫോറസ്റ്റ് ഗസ്റ്റ് ഹൗസിലാക്കി തിരികെ വരുമ്പോൾ ഇരുട്ടുപരന്നു തുടങ്ങിയിരുന്നു. പ്രോജക്ട് ഓഫീസിൽ നിന്ന് രണ്ട് ആദിവാസികൾ താഴ്‌വാരത്ത് കാത്തുനിന്നതു നന്നായി. അല്ലെങ്കിൽ എങ്ങനെ ഇരുളിൽ കുന്നുകയറുമെന്ന് ആശങ്കപ്പെട്ടിരിക്കുകയായിരുന്നു. ഇരുൾമൂടി തുടങ്ങിയപ്പോൾ കാട്ടിലെ പച്ചപ്പ് ഇരുളാൻ തുടങ്ങിയിരിക്കു ന്നു. ഇരുണ്ട പച്ചപ്പിൽ ഇനിയും കെട്ടുപോകാത്ത ചില പ്രകാശബിന്ദു ക്കൾ തുള്ളിത്തുള്ളിക്കളിക്കുന്നു. ചീവീടുകളുടെ നിർത്താതെയുള്ള കര ച്ചിൽ ചുറ്റും ഉയർന്നുകേൾക്കാൻ തുടങ്ങി. കാട്ടിലെ എണ്ണിയാലൊടു ങ്ങാത്ത ചെറുജീവികളുടെ ശബ്ദവുമായി കൂടിക്കലർന്ന് ഒരു സിംഹണി പോലെയതു മുഴങ്ങി. അജ്ഞാതമായ ഏതോ രാഗത്തിനനുസരിച്ചാണ് ഈ ചെറുജീവികളുടെ പശ്ചാത്തല സംഗീതമെന്നു തോന്നുന്നു. ശബ്ദം അതിന്റെ ഉച്ചസ്ഥായിയിലെത്തി നിശ്ചലമായശേഷം മറ്റൊരുതാളത്തിൽ വീണ്ടും പതിയനെ കത്തിപ്പടരാൻ തുടങ്ങി. പീർമുഹമ്മദ് ചുറ്റും നോക്കി. ശബ്ദങ്ങൾക്ക് മീതെ പ്രകാശബിന്ദുക്കൾ ചിതറി ഒഴുകുന്നു. നൂറുനൂറാ യിരം മിന്നാമിനുങ്ങുകൾ ഇരുട്ടിൽ തെളിഞ്ഞും കെട്ടും ഒഴുകി പരക്കു ന്നു. ഇവയും അജ്ഞാതമായ ഏതോ സംഗീതത്തിനനുസരിച്ചു ചുവടു വയ്ക്കുകയാകുമോ? കനത്ത ഇരുളിലൂടെ ഏതോ വിദൂരലക്ഷ്യത്തിലേക്ക് ഒരു പ്രത്യേക താളത്തിൽ കെട്ടും തെളിഞ്ഞും ഒഴുകിമറയുന്ന എണ്ണി യാലൊടുങ്ങാത്ത മിന്നാമിനുങ്ങുകളുടെ കൂട്ടം അവാച്യമായ ഒരാനന്ദ മാണ് പീർമുഹമ്മദിൽ കോരിനിറച്ചത്.

പീർമുഹമ്മദ് ആകാശത്തിലേക്ക് നോക്കി. മേഘക്കീറുകളില്ലാത്ത ഇരുൾമൂടിയ ആകാശത്ത് എണ്ണിയാലൊടുങ്ങാത്ത പ്രകാശബിന്ദുക്കൾ കണ്ണുചിമ്മിക്കളിക്കുന്നു. കുന്നിൻപുറത്തുനിന്ന് താഴ്‌വാരത്തേക്കു നോക്കി അവിടെയും പ്രകാശബിന്ദുക്കൾ കണ്ണുചിമ്മുന്നു. ഭൂമിയിൽ നിന്നുള്ള ഈ പ്രകാശബിന്ദുക്കളുടെ ഒഴുക്ക് ആകാശ ഗംഗയിലേക്കാകുമോ. ആകാശം മുഴുവൻ പ്രകാശബിന്ദുക്കൾ നിറഞ്ഞു കഴിഞ്ഞു. പീർമുഹമ്മദ് പ്രാർത്ഥി ച്ചു. പ്രകാശബിന്ദുക്കളുടെ കാവൽക്കാരാ... ഈ ജീവബിന്ദുക്കൾക്കും

നീ തന്നെ തുണ. ഏതോ ഒരു കാട്ടുജീവി ഓടിമറയുന്ന ശബ്ദം പീർമുഹ
മ്മദിനെ ചിന്തയിൽ നിന്നുണർത്തി. ആദിവാസികളുടെ കൈയിലിരിക്കുന്ന
കമ്പുകൾ താളം തുള്ളുന്നു. ടോർച്ച് ചുറ്റും പ്രകാശം ചൊരിഞ്ഞു. ഏതു
ജീവിയാണ് ഓടിമറഞ്ഞതെന്ന് കാണാനായില്ല. കാട്ടിനുള്ളിൽ ഏതൊ
ക്കെയോ ജീവികളുടെ കരച്ചിൽ മുഴങ്ങിക്കേൾക്കുന്നുണ്ട്. കാട് അതിന്റെ
പെരുക്കൻ ഭാവങ്ങൾ പുറത്തെടുത്തു തുടങ്ങി. കാലൻകോഴിയുടേതുപോ
ലെയുള്ള ഒരു കരച്ചിൽ കാട്ടിൽ നിന്നു മുഴങ്ങിക്കേട്ടു.

മനസിൽ ഭയത്തിന്റെ പെരുമ്പറ മുഴക്കുന്ന ശബ്ദമാണിത്. പീർമു
ഹമ്മദിന്റെ കൈകളിൽ ആരോ തൊട്ടു. സുഖമായൊരു സ്പർശം. മീര
യുടെ കൈകളിൽ നേരിയവിറയൽ അനുഭവപ്പെട്ടിരുന്നു. മീരയുടെ ഞര
മ്പുകളിലൂടെ രക്തം വേഗം ഓടുന്നതിന്റെ സ്പന്ദനം പീർമുഹമ്മദ് തന്റെ
ഞരമ്പുകൾകൊണ്ട് തൊട്ടറിഞ്ഞു.

പീർമുഹമ്മദ് പറഞ്ഞു: "വല്ല കാട്ടുമുയലുമാകും ഓടിപ്പോയത്. ഭയ
പ്പെടേണ്ടതില്ല."

മീര അതിന് ഒന്നു മൂളുകമാത്രം ചെയ്തു. ചുറ്റും പ്രകാശബിന്ദു
ക്കൾ ഒഴുകി പരക്കുന്നതിന്റെ സൗന്ദര്യം ആസ്വദിച്ചു പീർമുഹമ്മദ് നട
ന്നു. അനന്തമായ പ്രപഞ്ചത്തിലെ ഒരു പ്രകാശബിന്ദുമാത്രമാണ്
താനെന്നു അയാൾക്കു തോന്നി. കുറ്റാക്കുറ്റിരുട്ടും അവിടെ ഒഴുകിമറയുന്ന
പ്രകാശബിന്ദുക്കളും മാത്രമേ പീർമുഹമ്മദിന്റെ മനസ്സിലപ്പോഴുണ്ടായി
രുന്നുള്ളൂ. അതൊരു വല്ലാത്ത ശാന്തിതന്നെ...

മൂന്ന്

ആദിവാസികൾ മരുന്നുപുരയിൽ എന്തൊക്കെയോ ചെയ്തുകൊ
ണ്ടിരിക്കുന്നു. പീർമുഹമ്മദ് മരുന്നുപുരയുടെ മുമ്പിലൂടെ നടന്നപ്പോൾ
ആദിവാസി സ്ത്രീകൾ എന്തോ പറഞ്ഞു കിലുകിലേ ചിരിച്ചു. ആദി
വാസി സ്ത്രീകളിൽ മുപ്പത്തി ചിരുതയാണ്. ചിരുതയുടേത് പാരമ്പര്യ
വേഷമാണ്. വലിയ മുലകൾക്ക് മീതെ മുണ്ടു കയറ്റി ഉടുത്തിരിക്കുന്നു.
കൈയിൽ ലോഹവളകളും കഴുത്തിൽ മൂന്നാലു മാലയും ധരിച്ചിട്ടുണ്ട്.
എന്നാൽ പുതിയ പെമ്പിള്ളേർ പാവാടയും ബ്ലൗസുമാണ് ധരിച്ചിരിക്കു
ന്നത്. കാലം ആദിവാസികളിലും മാറ്റം വരുത്തുകയാണ്. പീർമുഹമ്മദ്
മനസിലോർത്തു. മീരയുടെ സാമീപ്യം താൻ വല്ലാതെ കൊതിക്കുന്ന
തായി പീർമുഹമ്മദിനു തോന്നി. പലപ്രാവശ്യം അവൾ ഇരിക്കുന്ന ഭാഗ
ത്തുകൂടി നടന്നു. പക്ഷേ, മീര ശ്രദ്ധിച്ചതേയില്ല. എന്തോ കാര്യമായ പണി
യിൽ മുഴുകിയിരുപ്പാണെന്ന് മനസ്സിലായി. വെറുതെ കാട്ടിലൊന്നു ചുറ്റി
യടിച്ചു വരാമെന്നു കരുതി പീർമുഹമ്മദ് മുറ്റത്തേക്കിറങ്ങിയപ്പോൾ പുറ
കിൽ നിന്നൊരു വിളി 'പീർ...'

മീരയാണ്... കേൾക്കാൻ കൊതിച്ചിരുന്ന വിളി. എന്നാൽ അത് പുറ
ത്തുകാട്ടാതെ പീർമുഹമ്മദ് നിസംഗഭാവത്തോടെ ചോദിച്ചു: 'മീര തിര

ക്കിലാണോ?'

"ഹേയ് പണികഴിഞ്ഞു... എന്താ?...."

"നമുക്ക് വെറുതെ പുറത്തേക്കു നടന്നാലോ. മേഡത്തോടൊന്നു സൂചിപ്പിച്ചിട്ടുപോകാം." മീര ഓഫീസിനുള്ളിലേക്ക് പോയി. പീർമുഹ മ്മദ് കാത്തുനിന്നു. കിഴക്കൻചരുവിൽ നിഴൽവീണു തുടങ്ങിയിട്ടുണ്ട്. കുറച്ചു ബുൾബുൾ പക്ഷികൾ കലപിലാരവം കൂട്ടി പറന്നുപോകുന്നു. മീര വളരെ ഉല്ലാസവതിയെപ്പോലെ ചാടിയിറങ്ങിക്കൊണ്ടു പറഞ്ഞു:

"മേഡത്തെ കാണാനില്ല. ഇതുവരെ അകത്തുണ്ടായിരുന്നു. രാജ ശേഖരനോടു പറഞ്ഞു."

കറുകയും കൊരമ്പുല്ലും പിന്നെ പേരറിയാത്ത കാട്ടുപോച്ചകളും പടർന്നു കയറിയ വഴികളിലൂടെ അവർ നടന്നു. കാട്ടിലെ ഓരോ പുല്ലും ചെടിയും മരുന്നുകളാണല്ലോ എന്നു പീർമുഹമ്മദ് ഓർത്തു. കാട്ടിനു ള്ളിലേക്ക് പോകാതെ പുല്ലുകൾ പടർന്ന ഒരു ചെറുതാഴ്വാരത്ത് അവരി രുന്നു. പച്ചപ്പിന്റെ സമൃദ്ധമായ ഈ താഴ്വാരം മനസിൽ ഉന്മേഷം കോരി യൊഴിക്കുന്നതായി പീർമുഹമ്മദിനു തോന്നി. കടൽത്തീരം ഒരിക്കലും തന്നെ ആകർഷിച്ചിട്ടില്ലല്ലോ എന്നയാൾ ഓർത്തു. കാട് അതൊരു വല്ലാത്ത അനുഭവമാണ്. ശാന്തിപെയ്യുന്ന മഴക്കാടുകൾ തേടി മഹർഷിവര്യന്മാർ പോയത് വെറുതെയല്ലല്ലോ. കാട്ടിലെ ഓരോ നിമിഷവും പുതു മയുള്ളതാണ്. വന്യമായ അനുഭവങ്ങളുടെ സ്രോതസ്സാണ്. കാടുമുഴക്കി പക്ഷികൾ തന്റെ നീളൻവാലുകൾകൊണ്ട് വായുവിൽ ഏതോ ചിത്രം വരച്ചുകൊണ്ട് പാറിപ്പാറിക്കളിച്ചു. കൂടെക്കൂടെ അതു മുഴക്കമുള്ള ഒരു ശബ്ദം പുറപ്പെടുവിക്കാൻ തുടങ്ങി. കാടുമുഴക്കിയുടെ ശബ്ദം ശ്രവിച്ചു കൊണ്ട് മീര വിരലുകൾ താളംപിടിച്ചു.

കാട്ടിനുള്ളിൽ ചിന്തകളില്ലാതെയിരിക്കുക ഒരനുഭവം തന്നെയാണ്. ഉള്ളിലെവിടെ നിന്നോ ഊർജ്ജപ്രവാഹം തുടങ്ങും. അപ്പോൾ കാഴ്ചയും കേൾവിയും ഗന്ധവും സ്പർശവും നമുക്ക് പുതിയ അനുഭവമാകും. കാടിന്റെ മാസ്മരിക ശബ്ദവീചികളിലൊന്നായി നമ്മളും പതുക്കെ മാ റും. മീരയുടെ കൈവിരലുകളിലെ ചലനങ്ങൾ ചുണ്ടുകളിൽ പ്രകമ്പന മുതിർക്കാൻ തുടങ്ങി. അതൊരു രാഗധാരയായി പതഞ്ഞൊഴുകി. പീർമു ഹമ്മദ് വിസ്മയം വിടർന്ന മിഴികളുമായി ആ പാട്ടാസ്വദിച്ചിരുന്നു. വളരെ സുന്ദരമായ ശബ്ദമാധുരിയായിരുന്നു മീരയുടേത്. പാട്ടുകഴിഞ്ഞപ്പോൾ പീർമുഹമ്മദ് പറഞ്ഞു: "എനിക്കു വിശ്വസിക്കാൻ കഴിയുന്നില്ല. മീരക്കു ഇത്ര ഭംഗിയായി പാടാൻ കഴിയുമെന്ന്."

"ഹേയ് എന്റെ പാട്ടിന്റെ ഗുണമല്ല. പാടിയ രാഗത്തിന്റെ ഗുണം കൊണ്ട് തോന്നുന്നതാണ്. മോഹനമാണ് ആരും കേൾക്കാൻ ഇഷ്ടപ്പെ ടുന്ന രാഗം." പീർമുഹമ്മദിന്റെ വാക്കുകൾ മീരയ്ക്ക് ആവേശം പകർന്ന തുപോലെ. ജനനിമമ... യെന്ന ഭൈരവി രാഗത്തിലുള്ള കീർത്തനം ഒന്നു മൂളിയിട്ടു മീര പറഞ്ഞു: "ചില രാഗങ്ങൾ കേട്ടാൽ നമ്മൾ തനിയെ ഉറങ്ങും. ഇരയിമ്മൻ തമ്പിയുടെ ഓമനത്തിങ്കൾ കിടാവോ... നവരോജി

രാഗത്തിൽ പാടിയാൽ പ്രകൃതിപോലും നിശ്ചലമാകും. നീലാംബരിയിലും ഈ വരികൾ പാടുന്നതു കേട്ടിട്ടുണ്ട്. പക്ഷേ എനിക്കിഷ്ടം നവരോജിയാണ്."

മീരയുടെ സംഗീതത്തെക്കുറിച്ചുള്ള വർത്തമാനം പീർമുഹമ്മദിനു തന്നെ ഇഷ്ടപ്പെട്ടു. ഈ മാന്ത്രിക നിമിഷങ്ങൾ നീണ്ടു നിൽക്കണേയെന്ന് അയാൾ മോഹിച്ചു. പക്ഷേ ചുറ്റും ഇരുൾമൂടി തുടങ്ങിയിരുന്നു. മീരയതു തിരിച്ചറിഞ്ഞിട്ടെന്നവണ്ണം പറഞ്ഞു: "നമുക്കു നടക്കാം." അവർ പുൽമേ ടുകൾക്കിടയിലൂടെ ഊടുവഴികയറി വരുമ്പോൾ പുല്ലുകൾക്കിടയിലൊരു തിരയിളക്കം. പീർമുഹമ്മദ് ഒന്നു തല ഉയർത്തി നോക്കുമ്പോൾ ഡോ. സൂസന്നയും ഡോ. ഫിലിപ്പും പുല്ലിൽ കെട്ടിപ്പിടിച്ചു മറിയുന്നു. ആസ്വാ ദ്യമായ ഒരു ശബ്ദം പുൽമേടുകളെ കുളിരണിയിക്കുന്നു.

മീര ആകാംക്ഷയോടെ ചോദിച്ചു

"എന്താണവിടെ?"

നമ്മുടെ പുല്ലുകൾക്ക് മീതെ അമേരിക്കൻ ജർമ്മൻ പ്രണയലീല കൾ. വേദിയൊരുക്കുകയല്ലാതെ ഇന്ത്യക്കിനിയൊന്നും ചെയ്യാനില്ല.

പീർമുഹമ്മദിന്റെ സംസാരം കേട്ട് മീര ഉറക്കെ ചിരിക്കാനാഞ്ഞു. അതുകേട്ട് പീർമുഹമ്മദ് ചൂണ്ടുവിരൽ ചുണ്ടിൽ ചേർത്ത് ശ്... ശ്... എന്നു ശബ്ദമുണ്ടാക്കി. "പ്രണയജോടികളെ ശല്യം ചെയ്യരുത്. പുഴുവായാലും പാമ്പായാലും അവർ ജീവബിന്ദുക്കളുടെ സൃഷ്ടിയിലാണ്."

മീരയതുകേട്ട് ചിരികോട്ടി. അവർ പ്രോജക്ട് ഓഫീസിലേക്ക് നട ന്നു.

ഇരുട്ടിന്റെ കരിമ്പടം തുളച്ചു പൂനിലാവ് കുന്നിൻപുറങ്ങളിൽ ചിത റിവീഴാൻ തുടങ്ങി. നിലാവിന്റെ സുവർണ്ണ നൂലിഴകളിൽ പിടിച്ച് കാറ്റ് ഊഞ്ഞാലാട്ടം തുടർന്നുകൊണ്ടിരുന്നു. പീർമുഹമ്മദ് പ്രോജക്ട് ഓഫീ സിന്റെ വരാന്തയിലിരുന്നു കിഴക്കൻ കുന്നുകളിലേക്ക് നോക്കി. നിലാ വിന്റെ വെളിച്ചം കുടിച്ച് കാടൊന്നാകെ പ്രഭ ചൊരിഞ്ഞു നില്ക്കുന്നു. ദൂരെ നിലാവിൽ നിഴലുകൾ കെട്ടിപ്പിണഞ്ഞ് ഒഴുകിവരുന്നു. ജർമ്മൻ സംഗീതത്തിന്റെ കരൾതുരക്കുന്ന മുഴക്കം. പുൽമേട്ടിലെ ലീലകളോർത്ത് പീർമുഹമ്മദ് ചിരിച്ചു. ദിവസങ്ങൾ കൊഴിഞ്ഞു വീണുകൊണ്ടിരുന്നു. ഡോ. സൂസന്നയും ഫിലിപ്പും കൂടുതൽ സമയവും ഗവേഷണങ്ങളിലാ യിരുന്നു. രാവെളുക്കുവോളം അവരുടെ പരീക്ഷണശാലയിൽ വിളക്കെ രിഞ്ഞിരുന്നു. ആരൊക്കെയോ ഓഫീസിൽ വന്നുപൊയ്ക്കൊണ്ടിരുന്നു. മീരയും ഡോ. സൂസന്നയും നിഴൽപോലെ പറ്റിച്ചേർന്നു നടക്കുകയയാ ണ്. റിസേർച്ച് അസിസ്റ്റന്റിന്റെ കനപ്പെട്ടജോലി മീരക്കുണ്ടാകും. പീർമു ഹമ്മദ് കാട്ടിൽ പ്രഭാതം വിടരുന്നതിന്റെ ഭംഗിയാസ്വദിച്ച് മുറിയുടെ മുന്നി ലിരിക്കുകയാണ്. മഞ്ഞുകണങ്ങൾ മൂടിയ മലനിരകളിൽ നിന്ന് മഞ്ഞഴി ഞ്ഞുപോകുന്ന കാഴ്ച മനോഹരമാണ്. ഒരു പൂവിടരുന്നതുപോലെയാണ് കാട്ടിൽ പകൽ വിടർന്നുവരുന്നത്. പൂകൊഴിയുംപോലെ പകൽകെട്ടുപോ കുകയും ചെയ്യുന്നു. പൊന്തക്കാടുകളിൽക്കിടയിലൂടെ ആരൊക്കെയോ

നടന്നുനീങ്ങുന്നതു അവ്യക്തമായി കാണാം. ഡോ. സൂസന്നയും ഡോ. ഫിലിപ്പും കൂട്ടത്തിലുണ്ടെന്നു വ്യക്തമായി. മുന്നാൽ ആദിവാസികളുമു ണ്ട്. കുറച്ചുവെളിച്ചമുള്ള പുൽമേട്ടിൽ അവരെത്തി. അപരിചിതമായ രണ്ടു പേർകൂടി കൂട്ടത്തിലുണ്ടെന്ന് പീർമുഹമ്മദിനു വ്യക്തമായി. അയാൾ വേഗം ഒരുങ്ങി. മീരയുടെ മുറി ലക്ഷ്യമാക്കിനടന്നു. മീര മുറിക്കുമുന്നിൽ കസേരയിട്ടു എന്തോ വായിച്ചുകൊണ്ടിരിക്കുകയാണ്.

പീർമുഹമ്മദിനെ കണ്ടപ്പോൾ പുസ്തകം മടക്കി മീരയെണീറ്റു ഹൃദ്യ മായി ചിരിച്ചു:

"എന്താണ് കാലത്തെ ഗൗരവമായ വായന?"

"തോറോയുടെ വാൾഡൻ, മുമ്പു വായിച്ചതാണ്. വെറുതെ വീണ്ടും മറിച്ചു നോക്കിക്കൊണ്ടിരിക്കുന്നു."

പീർമുഹമ്മദ് പറഞ്ഞു: "ചില പുസ്തകങ്ങളങ്ങനെയാണ്. വായി ച്ചാലും കൂടെക്കൂടെയെടുത്തു കുറച്ചുവരികൾ വായിക്കണമെന്നു തോന്നും."

മീര അതു ശരിവയ്ക്കും പോലെ തലകുലുക്കി.

"ഡോ. സൂസന്നയ്ക്കൊപ്പം രണ്ടു പുതുമുഖങ്ങൾ കൂടിയുണ്ടല്ലോ. ആരാ?"

"ഇന്നലെ രാത്രി കുന്നുകയറി വന്നവരാ. ചൈനാക്കാരോ ജപ്പാൻ കാരോ മറ്റോ ആണെന്നാണ് പറഞ്ഞത്. കാഴ്ചയിൽ ചൈനാക്കാരെപ്പോ ലെയുണ്ട്." മീര പറഞ്ഞു

നല്ല തണുത്ത കാറ്റ് വീശാൻ തുടങ്ങി. അവർ പുൽമേടു ലക്ഷ്യ മാക്കി നടന്നു. മീര തണുപ്പിൽ നിന്നു രക്ഷനേടാനായി തലയിൽ ഒരു മങ്കിക്യാപ്പ് ധരിച്ചിട്ടുണ്ട്. അവൾ കൈകൾ മാറിൽ ചേർത്തുകെട്ടിയാണ് നടക്കുന്നത്. കുഞ്ഞുമഞ്ഞുതുള്ളികൾ മീരയുടെ ചുണ്ടിലും മുഖത്തും മങ്കിക്യാപ്പിലും പറ്റിപ്പിടിച്ചു തിളങ്ങുന്നുണ്ട്. മീരയെ കാണാൻ നല്ല ഭംഗി യുണ്ട്. പീർമുഹമ്മദ് മനസ്സിലോർത്തു. പുൽപ്പുരപ്പിനിടയിലൂടെയുള്ള നട പ്പാതയിലൂടെ മീരയും പീർമുഹമ്മദും നടന്നുവരുന്നതു ഡോ. സൂസന്ന യുടെ ശ്രദ്ധയിൽപ്പെട്ടു. അവർ പുല്ലുകൾക്കിടയിൽ നിന്നു തല ഉയർത്തി അവരുടെ വരവ് പ്രതീക്ഷിച്ചു നിന്നു. മീര അരികിൽ വന്നപ്പോൾ ഡോ. സൂസന്ന പറഞ്ഞു. "ഹലോ പ്ലീസ് കം."

ചൈനീസ് മുഖമുള്ള രണ്ടുപേർ പുല്ലുകൾക്കിടയിൽ നിന്ന് തല ഉയർത്തി നോക്കി. ഡോ. സൂസന്ന അവരെ കൈകാട്ടി അരികിലേക്ക് വിളിച്ചു. അവർ കുണുങ്ങി കുണുങ്ങി വന്ന് വിനയത്തോടെ തലകുനിച്ച് അഭിവാദ്യം ചെയ്തു. എന്നിട്ട് തലകുലുക്കി നിന്നു.

ഡോ. സൂസന്ന അവരെ പരിചയപ്പെടുത്തി.

"ദിസ് ഈസ് ലീസിബെൻ."

"റെൻഹാസ് ലീ." അടുത്തയാൾ സ്വയംപരിചയപ്പെടുത്തി.

മീരയും പീർമുഹമ്മദും 'ഹായ്.' പറഞ്ഞു.

ഡോ. സൂസന്ന മീരയെയും പീർമുഹമ്മദിനെയും അവർക്കു പരിച

യപ്പെടുത്തി. മിടുക്കരായ റിസർച്ച് അസിസ്റ്റന്റുകളാണെന്ന് പുകഴ്ത്താനും അവർ മറന്നില്ല.

ലീസിബെൻ അഞ്ചടിമാത്രം പൊക്കമുള്ള കുറുകിയ മൂക്കും ചീന വംശീയരെപ്പോലെ വിരിഞ്ഞ മുഖവുള്ളയാളായിരുന്നു. വയസ്സ് തിട്ടപ്പെ ടുത്താനാവുന്നില്ല. നാൽപ്പതിനു മുകളിലുണ്ടാവുമെന്നുറപ്പ്. അയാളുടെ ശരീരചലനങ്ങൾ പൂച്ചയുടെ ചലനങ്ങളെ അനുസ്മരിപ്പിക്കുന്നതായിരു ന്നു. എന്നാൽ റെൻഹാസ് ലീ കുറച്ചൂടെ വ്യത്യസ്തനായിരുന്നു. ചീനമു ഖത്തിനു യോജിക്കാത്തവിധം നീണ്ടുതുറന്ന മൂക്ക് ഉയർന്നുനിന്നു. ആറ ടിയിൽ കുറയാത്ത ഉയരമുണ്ട്. ഒറ്റനോട്ടത്തിൽ തന്നെ തീർത്തും മംഗ്ലോ യിഡ് വംശക്കാരനല്ലെന്നു വ്യക്തം. നാൽപ്പതുവയസ്സ് കാണും. രണ്ടുവം ശങ്ങളുടെ കുടിക്കലേർപ്പ് ഉണ്ടായിട്ടുണ്ടാവണം. ഹോങ്കോങ്കുകാരനാണ് റെൻഹാസ് ലീയെന്നു വ്യക്തമായപ്പോൾ തന്റെ ഊഹം തെറ്റിയില്ലെന്ന് പീർമുഹമ്മദ് മനസ്സിലോർത്തു. ലീസിബെന്നിനെയും റെൻഹാസ് ലീയെയും രണ്ടുമൂന്നു ദിവസം സഹായിക്കണമെന്ന് പീർമുഹമ്മദിനെയും മീരയെയും ഓർമിപ്പിക്കാനും ഡോ. സുസന്ന മറന്നില്ല. ലീസിബെന്നും റെൻഹാസ് ലീയും പുല്ലുകൾക്കിടയിലേക്ക് തല പൂഴ്ത്തി. പുൽപ്പരപ്പിൽ മഞ്ഞുതുള്ളികൾ നക്കിത്തുടക്കാനെത്തിയ ചെറു വണ്ടുകളെയും പ്രാണി കളെയും സൂക്ഷ്മതയോടെയവർ നുള്ളിപ്പെറുക്കാൻ തുടങ്ങി. ചെറിയ വീശുവലയും അവർ ഉപയോഗിക്കുന്നുണ്ട്. ചെറുപ്രാണികളെ കൈയിലെ ലെൻസ് ഉപയോഗിച്ച് പരിശോധിച്ചശേഷം അവരുടെ തുകൽബാഗുകളി ലേക്ക് നിക്ഷേപിക്കുന്നു.

പ്രാണികളെക്കുറിച്ച് വലിയ അറിവുള്ള പ്രൊഫസർമാരാണ് ഇരു വരുമെന്ന് പീർമുഹമ്മദിനെ മീര ഓർമ്മിപ്പിച്ചു. പീർമുഹമ്മദ് കൗതുക പൂർവം അവരുടെ പ്രാണിപിടുത്തം നോക്കിനിന്നു. നമ്മുടെ വണ്ടുക ളെയും കീടങ്ങളെയും പുഴുക്കളെയുമൊക്കെ പിടിക്കാൻ ലോകത്തിന്റെ ഒരുകോണിൽ നിന്നു മറ്റൊരു കോണുവരെയെത്തിയ ഇവരെ സമ്മതി ക്കണം. വല്ലാത്ത ഭ്രാന്തൻ കൂട്ടർ തന്നെ!

പീർമുഹമ്മദ് ഒരു ചെറുചിരിയോടെ മീരയോട് ചോദിച്ചു:

"ഇവർ വല്ല വണ്ടുതീനികളോ മറ്റോ ആണോ? പ്രഭാത ഭക്ഷണ ത്തിനുള്ള വക തരപ്പെടുത്തുകയാണെന്നു തോന്നുന്നു."

മീര അതുകേട്ട് ചിരിച്ചുകൊണ്ട് പറഞ്ഞു: 'കളിയാക്കുകയൊന്നും വേണ്ട. ധാരാളം പ്രോട്ടീനും വൈറ്റമിനുകളുമടങ്ങിയ ഭക്ഷണപദാർത്ഥം തന്നെ. കൊമ്പൻചെല്ലി മുതൽ ഏതു കീടത്തെയും ഉള്ളിലാക്കുന്ന കൂട്ടരാണ് ചൈനക്കാർ.'

അവരുടെ മട്ടും പടുതിയും കണ്ടാൽത്തന്നെ വ്യക്തമാണെന്ന് പീർമു ഹമ്മദ് പരിഹസിച്ചു. ഒന്നു രണ്ട് ആദിവാസികൾ കൂടി അവിടേക്കു വന്നു. അവർ വണ്ടുകളെയും പ്രാണികളെയും പിടിച്ച് സഹായിക്കാൻ ശ്രമിച്ച പ്പോൾ ലീസ്ബെൻ കൈകൊട്ടിടഞ്ഞു. പുല്ലിലകി ചില പ്രാണികൾപാ റിപറന്നതാണ് അവരെ പ്രകോപിപ്പിച്ചതെന്നു പീർമുഹമ്മദിനു മനസ്സി

ലായി. പുല്ലിളകാതെ സൂക്ഷ്മതയോടെയാണ് എല്ലാവരും നടന്നിരുന്ന
ത്. നിധിശേഖരിക്കുംപോലെ സൂക്ഷ്മതയോടെയാണ് ഓരോയിനം
പ്രാണികളെയും അവർ പിടിച്ചെടുത്ത്. അവർ തമ്മിൽ അപൂർവ്വമായി
ഏതോ വാക്കുകൾ ഉച്ചരിക്കുന്നുമുണ്ട്. എന്നാൽ അതെന്താണെന്ന്
ആർക്കും മനസ്സിലായിട്ടുണ്ടാവില്ല. ശരീരം മുഴുവൻ രോമങ്ങളുള്ള ഒരു
പുഴുവിനെ കൊടിൽ ഉപയോഗിച്ച് വളരെ സൂക്ഷിച്ച് ലീസിബെൻ പിടി
ച്ചെടുക്കുന്നതു മീര കൗതകപൂർവം നോക്കിനിന്നു.

<h2 style="text-align:center">നാല്</h2>

ഇരുളും വെളിച്ചവും തമ്മിലുള്ള മൽപ്പിടുത്തം തുടർന്നുകൊണ്ടി
രുന്നു. പ്രോജക്ട് ഓഫീസിൽ നിന്നു രാജശേഖരൻ വന്നറിയിച്ചതിനെ
തുടർന്ന് പീർമുഹമ്മദ് ചിത്രശലഭങ്ങളുടെ താഴ്വാരത്തേക്ക് പോകാൻ
തയ്യാറെടുത്തു. പ്രോജക്ട് ഓഫീസിന്റെ മുമ്പിൽ ലീസിബെന്നും
റെൻഹാസ് ലീയും പർവ്വതാരോഹകരെപ്പോലെ പുറത്തും കൈകളിലും
എന്തൊക്കെയോ തൂക്കി തയ്യാറായി നില്ക്കുന്നു. മീരയും ഒന്നുരണ്ട് ആദി
വാസികളും അവർക്കൊപ്പമുണ്ട്. തന്നെ കാത്തുനില്ക്കുകയാവും. പീർമു
ഹമ്മദ് വേഗം പ്രോജക്ട് ഓഫീസിന്റെ മുമ്പിലേക്ക് നടന്നു. അയാളെ
കണ്ടതും സംഘം കാട്ടിടവഴിലേക്ക് നടക്കാൻതുടങ്ങി. ചൈന മഹത്താ
യൊരു രാജ്യമാണ്. പാരമ്പര്യത്തിൽ എന്തുകൊണ്ടും ഇന്ത്യയോട് കിട
പിടിക്കാൻ കഴിയുന്ന രാജ്യം. ചൈനക്കാരുടെ ജീവിതരീതികളും ദർശ
നങ്ങളുമൊന്നും പൂർണ്ണതോതിൽ ഇന്നും പുറലോകത്തെത്തിയിട്ടില്ല.
അവിടത്തെ വൻമതിൽ പലതും മറച്ചുവയ്ക്കുന്നു. രണ്ടു ചൈനക്കാരെ
അടുത്തുകിട്ടിയ സാഹചര്യത്തിൽ ചൈനയെക്കുറിച്ച് ഓരോന്നു ചോദിച്ചു
മനസ്സിലാക്കാമെന്നു കരുതി പീർമുഹമ്മദ് അവരോട് ചേർന്നു നടന്നു
കൊണ്ട് സൗഹാർദ പൂർവ്വം അഭിവാദ്യം ചെയ്തു. അവരിരുവരും തല
കുനിച്ച് പ്രത്യഭിവാദ്യം ചെയ്യുന്നതു മീര കൗതുകപൂർവം നോക്കി നിന്നു.
പീർമുഹമ്മദ് ഇംഗ്ലീഷിൽ ഓരോന്നു ചോദിക്കാൻ തുടങ്ങി. എന്നാൽ അവർ
തങ്ങളുടെ മഞ്ഞപ്പല്ലുകൾ കുറച്ചുപുറത്തുകാട്ടി 'ഹായ്' എന്നു മാത്രം
മറുപടി പറഞ്ഞു. 'ഹായ്' വിളികേട്ട് മടുത്തു... പീർമുഹമ്മദ് അൽപ്പം
രോഷത്തോടെ സ്വയം പറഞ്ഞു. "ഇവർക്ക് ചെവികേൾക്കില്ലേ?"

അതിനും അവർ സൗമ്യമായി മറുപടി പറഞ്ഞു: "ഹായ്."

പീർമുഹമ്മദിന്റെ ചിരികേട്ട് മീര അരികിലേക്ക് വന്ന് ആകാംക്ഷ
യോടെ ചോദിച്ചു.

"എന്തുപറ്റിപീർ"

അയാൾ കാര്യം പറഞ്ഞപ്പോൾ മീരയും ചിരിച്ചു.

"ഇവർക്ക് ഇംഗ്ലീഷ് അറിയില്ല. ചൈനീസ് ഭാഷ മാത്രമേ അറിയൂ"
മീര പറഞ്ഞു.

"അപ്പോൾ നമ്മൾ കുറച്ചു പൊട്ടൻ കളിക്കേണ്ടി വരുമല്ലോ." പീർമു

ഹമ്മദ് പറഞ്ഞു. എന്നിട്ട് എന്തോ ആലോചിച്ചെടുത്തതുപോലെ മീരയോട് ചോദിച്ചു: "ഇവരെങ്ങനെയാണ് ഡോ. സുസന്നയോടും ഡോ. ഫിലിപ്പി നോടുമൊക്കെ സംസാരിക്കുക."

"ആ.. പൊട്ടൻകളിതന്നെയാവും." മീര അറിയാത്ത ഭാവത്തിൽ പറ ഞ്ഞു.

പുഴയോരം കടന്നു അടിക്കാടുകൾക്കിടയിലൂടെ അവർ പുൽപ്പരപ്പി ലേക്ക് കടന്നു. നോക്കെത്താദൂരത്തോളം മലമുകളിൽ ചായംതേച്ചതു പോലെ പടർന്നുകിടക്കുന്ന പുൽമേടുകൾ. സുന്ദരമായ ആ കാഴ്ച ആസ്വ ദിക്കുംപോലെ എല്ലാവരും കുറച്ചുനേരം അതുനോക്കിനിന്നു. വാട്ടർ ബോട്ടിൽ തുറന്ന് ലിസിബെന്നും റെൻഹാസ് ലീയും വെള്ളം വായിലേ ക്കിറ്റിച്ചു. മീര കുപ്പിയിൽ ശേഖരിച്ചിരുന്ന വെള്ളം കുറച്ചു കുടിച്ചിട്ട് പീർമു ഹമ്മദിനു നീട്ടി. പീർമുഹമ്മദ് അതു വാങ്ങി ഒന്നു രണ്ടുകവിളിറക്കി.

ചിത്രശലഭങ്ങൾ കൂട്ടമായി വട്ടംചുറ്റുന്നുണ്ട്. എണ്ണിയാലൊടുങ്ങാത്ത പ്രാണികൾ പുല്ലിൽ ഇഴഞ്ഞും പുല്ലിൽ നിന് പുല്ലിലേക്ക് പാറിയും കളി ക്കുന്നു. ലീസിബെന്നും റെൻഹാസ് ലീയും പ്രാണികൾക്കും ശലഭ ങ്ങൾക്കും പിന്നാലെ പമ്മിപ്പമ്മി നടന്നു കളിതുടർന്നു. വെള്ളയിൽ ചെറു പുള്ളികളുള്ള ഒരു വലിയ ശലഭം പതുക്കെ പാറിപാറി മീരയുടെ അരി കിലേക്ക് വന്നു. പീർമുഹമ്മദ് അതു ശ്രദ്ധിച്ചുകൊണ്ട് പറഞ്ഞു: "ഹേ.... മീര ആ ശലഭത്തെ പിടിക്കൂ.."

മീര തന്റെ കൈവശമുണ്ടായിരുന്ന വീശുവലയുമായി ശലഭത്തിനു പിന്നാലെ ചാടി. എന്നാൽ ശലഭം യാതൊന്നും സംഭവിക്കാത്തതുപോലെ ഒന്നു രണ്ടടി മുകളിലേക്ക് ഉയർന്നു പതിയനെ ചിറകുവീശി നിന്നു. മീര നിരാശയോടെ ശലഭത്തെ നോക്കിനിന്നു. പീർമുഹമ്മദ് മീരക്കരികിലേക്ക് വന്നു പറഞ്ഞു:

"മീര ഇതാണ് വനദേവത. കണ്ടില്ലേ ഒരു ദേവതയെപ്പോലെ ശാന്ത മായി തന്റെ ചിറകുകൾ വീശിയതു പറക്കുന്നത്."

"നല്ല വലിപ്പമുള്ള ശലഭമാണല്ലോ? ലാളിത്യവും ഭംഗിയുമുള്ള ശല ഭമാണിത്. എനിക്കിഷ്ടപ്പെട്ടു. വനദേവതയെന്ന പേരുതന്നെയെത്ര ആകർഷകമായിരിക്കുന്നു." മീര പറഞ്ഞു.

"പശ്ചിമഘട്ടമലനിരകളിൽ കാണുന്ന ചിത്രശലഭങ്ങളിൽ ഏറ്റവും പതുക്കെ പറക്കുന്ന ശലഭമാണിത്. കണ്ടില്ലേ മന്ദം മന്ദം ചിറകുവീശി യതു പറക്കുന്നത്." പീർമുഹമ്മദ് പറഞ്ഞു.

'എന്നിട്ടും എനിക്കതിനെ പിടിക്കാനായില്ലല്ലോ?' മീര സ്വയം പറ ഞ്ഞു.

"ഹെയ് അതു സാരമില്ല." പീർമുഹമ്മദ് ആശ്വസിപ്പിച്ചു.

എന്നാൽ മീരയ്ക്ക് വിട്ടുകൊടുക്കാൻ ഭാവമില്ല. വനദേവതയ്ക്ക് പിന്നാലെ പുൽപ്പരപ്പിലൂടെ മീര ഓടിക്കളിക്കാൻ തുടങ്ങി. വനദേവത ഓരോ പ്രവശ്യവും മീരയെ കബളിപ്പിച്ചു. അതിനതിനു വർധിത ആവേ ശത്തോടെ മീര വനദേവയ്ക്കു പിന്നാലെ പുല്ലുകൾക്കും പാറക്കെട്ടു

കൾക്കുമിടയിലൂടെ പാറിപ്പറന്നു. വനദേവതയ്ക്ക് പിന്നാലെയുള്ള മീര
യുടെ ചാടിക്കളികൽ നോക്കി നിന്നു പോയി പീർമുഹമ്മദ്.

"എത്ര സുന്ദരിയും നിഷ്കളങ്കയുമാണ് മീര. വനദേവതയെപ്പോലെ
സുന്ദരി." പീർമുഹമ്മദ് മനസ്സിലോർത്തു.

കുറച്ചു വാലൻതുമ്പികൾ പുല്ലിൽ തറച്ചിരിക്കുന്നു. കുട്ടിക്കാലത്ത്
ഈ തുമ്പികളെ പിടിച്ച് കല്ലെടുപ്പിച്ചിരുന്നുവല്ലോ എന്നു പീർമുഹമ്മദ്
ഓർത്തു. പെട്ടെന്ന് പുല്ലുകൾക്കിടയിൽ നിന്ന് മീരയുടെ ഒരലർച്ച ഉയർന്നു
കേട്ടു. പീർമുഹമ്മദിന്റെ മനസ്സിൽ പെരുമ്പറ മുഴങ്ങാൻ തുടങ്ങി. അയാൾ
സർവ്വശക്തിയുമെടുത്ത് മീരയുടെ അരികിലേക്കോടി. മീര പുല്ലിലേക്ക്
ചാഞ്ഞിരുന്നുകൊണ്ട് വിറയാർന്ന സ്വരത്തിൽ വിളിച്ചു 'പീർ... പീർ.'
പീർമുഹമ്മദ് ചോദിച്ചു.

"എന്തുപറ്റി മീര"

"എന്നെ എന്തോ കടിച്ചു" അവൾ ഒരുവിധം വിക്കി വിക്കി പറഞ്ഞു.
മീരയുടെ മുഖത്തു വിയർപ്പുകണങ്ങൾ പൊടിയാൻ തുടങ്ങി. "ഏയ് വല്ല
മുള്ളോ മറ്റോ ആവും." പീർമുഹമ്മദ് ആശ്വസിപ്പിക്കാൻ ശ്രമിച്ചു.

എങ്കിലും പീർമുഹമ്മദ് വല്ലാതെ ഭയപ്പെട്ടു. മീരയെ എത്രയുംവേഗം
പ്രോജക്ട് ഓഫീസിലെത്തിക്കണം. പക്ഷേ, അത്ര എളുപ്പമുള്ള കാര്യ
മല്ലല്ലോ എന്നു പീർമുഹമ്മദ് ഓർത്തു. ചൈനക്കാരും മീരയുടെ അരികി
ലേക്ക് ഓടിയെത്തി. പീർമുഹമ്മദ് ഒരുവിധം കാര്യം അവരെ പറഞ്ഞുമ
നസ്സിലാക്കി. അവർ പുല്ലുകൾക്കിടയിൽ പാമ്പിനെ തിരയാൻ തുടങ്ങി.
പൂച്ചയെപോലെ പുല്ലുകൾക്കിടയിൽ ചായിടും പമ്മി കുനിഞ്ഞ് മൂക്കു
കൊണ്ട് മണത്തും അവർ പുല്ലുകൾ അരിച്ചുപെറുക്കി. മീരയുടെ കാൽപ
ത്തിയിൽ രണ്ടുചോരതുള്ളികൾ പൊടിഞ്ഞുനിന്നിരുന്നു. പീർമുഹമ്മദ്
മുറിപ്പാടുകൾക്കു മുകളിൽ വീശുവലയിലെ നൂലെടുത്തു മുറുകെകെട്ടി.
എന്നിട്ട് മുറിവമർത്തി രക്തം കളയാൻ ശ്രമിച്ചുകൊണ്ടിരുന്നു. മീര വേദ
നകൊണ്ട് ഞരങ്ങി. ക്രമേണ ഞരക്കം ഒരു ശ്വാസഗതിയായി മാറി.

വേഗമൊരു തീരുമാനമെടുത്തില്ലെങ്കിൽ മീരയുടെ ജീവൻ അപകട
ത്തിലാവും. പീർമുഹമ്മദിന്റെ കണ്ണു നിറഞ്ഞു. 'തമ്പുരാനെ' പീർമുഹ
മ്മദ് വിളിച്ചു. ആദിവാസികളിലൊരാൾ വന്നുപറഞ്ഞു: "താഴ്വാരത്ത് വിഷ
ഹാരിയുണ്ട്. അവിടേക്ക് കൊണ്ടുപോകാം." ഒരു ആദിവാസി അപ്പോ
ഴേക്ക് വൈദ്യന്റെ അരികിലേക്ക് പൊയ്ക്കഴിഞ്ഞിരുന്നു. പെട്ടെന്ന് ലീസി
ബെൻ ഒരു ശബ്ദം പുറപ്പെടുവിച്ചു. പീർമുഹമ്മദ് തിരിഞ്ഞുനോക്കുമ്പോൾ
ലീസിബെന്നിന്റെ കൊടിലിൽനിന്ന് താഴേക്ക് ഒരു പാമ്പ് തൂങ്ങിക്കിടക്കു
ന്നു. ലീസിബെന്നും റെൻഹാസ് ലീയും തമ്മിൽ എന്തൊക്കെയോ
സംസാരിച്ചു. പീർമുഹമ്മദ് മീരയെ തൂക്കിയെടുത്തു തന്റെ തോളിലിട്ട്
പുൽമേടുകൾക്കിടയിലൂടെ ആദിവാസികൾക്ക് പിന്നാലെയും. പാമ്പിനെ
തൂക്കിപ്പിടിച്ചു ചൈനക്കാർ പിന്നാലെ നടന്നു. മലഞ്ചെരുവിൽ നിന്ന്
നാലഞ്ചു പുൽക്കുടിലുകൾ തലനീട്ടി നോക്കി.

വിഷവൈദ്യന്റെ അരികിൽ എത്താറായതിൽ പീർമുഹമ്മദിന്

നേരിയ ആശ്വാസം തോന്നി. എന്നാൽ മനസ്സിനുള്ളിൽ ഏതോ ആശങ്ക ചിറകടിച്ചുയരുന്നുണ്ടായിരുന്നു. ഈ കാട്ടുവൈദ്യനെ വിശ്വസിക്കാനാ കുമോ? ഇവിടെ സമയം പാഴാക്കാതെ എത്രയുംവേഗം മീരയെ പ്രോജക്ട് ഓഫീസിൽ എത്തിക്കുന്നതല്ലേ ഭേദം. അവിടെ പാമ്പുവിഷത്തിനുള്ള മരുന്നു സൂക്ഷിച്ചിട്ടുണ്ടാവുമല്ലോ? പീർമുഹമ്മദിന്റെ കാലുകൾ ആദി വാസി കുടിലിനരികിലേക്ക് തനിയെ നടന്നു. നീണ്ട താടിരോമങ്ങളുള്ള കറുത്തുമെല്ലിച്ച വൃദ്ധൻ കുരയ്ക്കുമുന്നിൽ കാത്തുനില്പുണ്ടായിരുന്നു. ഇയാൾ തന്നെയാവും വൈദ്യനെന്ന് പീർമുഹമ്മദ് വിചാരിച്ചു. മീരയെയും എടുത്തുകൊണ്ട് കുന്നിറങ്ങിയപ്പോഴേക്കും പീർമുഹമ്മദ് കിതയ്ക്കുന്നു ണ്ടായിരുന്നു. അടുത്ത കുറ്റിക്കാട്ടിൽ നിന്ന് ഒരു ഉക്കൻ ചിലച്ചുകൊണ്ട് ചിറകടിച്ചു പറന്നു.

തന്റെ നീണ്ടുവളർന്ന താടിരോമങ്ങൾ ഉഴിഞ്ഞ് കാട്ടുവൈദ്യൻ എന്തോമൊഴിഞ്ഞു. എന്നിട്ട് തന്റെ വലതുകൈ കണ്ണിനു കുറുകെപിടിച്ച് ചക്രവാളത്തിലേക്ക് നോക്കി എന്തോ തിരഞ്ഞു. മാംസം വറ്റിയ ആ മുഖത്തു നേരിയപ്രകാശം പരന്നു. ചാണകം മെഴുകിയ ഇരയത്തേക്ക് മീരയെ കിടത്താൻ വൈദ്യൻ ആംഗ്യം കാട്ടി. പീർമുഹമ്മദ് മീരയെ ഇര യത്തേക്ക് കിടത്താൻ പാടുപെടുന്നതുകണ്ട് കുറച്ച് ആദിവാസി സ്ത്രീകൾ വന്ന് മീരയെ താങ്ങി നിലത്തുവിരിച്ച പുൽപ്പായയിലേക്ക് കിടത്തി. കോഴി കളുടെ നിർത്താതെയുള്ള കരച്ചിൽ മുഴങ്ങിക്കേൾക്കാൻ തുടങ്ങി. ആരൊ ക്കെയോ കോഴിയെ പിടിക്കുന്നതിന്റെ ബഹളം. പൂവൻകോഴികളുടെ കൊക്കരിക്കൽ. പീർമുഹമ്മദിന്റെ മനസ്സിൽ പെരുമ്പറ മുഴങ്ങാൻ തുട ങ്ങി. മൂന്നാലു കോഴികളുമായി ആദിവാസി സ്ത്രീകൾ മുറ്റത്തേക്ക് വന്നു. പുകയുന്ന നെഞ്ചുമായി പീർമുഹമ്മദ് ആദിവാസി വൈദ്യന്റെ മുഖ ത്തേക്ക് നോക്കി. ആ മുഖം ശാന്തമായിരുന്നു. അയാൾ ലീസിബെന്നിന്റെ കൈയിലിരുന്ന പാമ്പിനെ സൂക്ഷ്മതയോടെ പരിശോധിച്ചു. എന്നിട്ട് എന്തൊക്കെയോ അതിനോടു സംസാരിച്ചു. പിന്നെ ശകാരിച്ചു. എന്നിട്ട് പുൽമേട്ടിലേക്കതിനെ തുറന്നുവിട്ടു. ലീസിബെൻ തടയാൻ ശ്രമിക്കുമ്മുമ്പ് പാമ്പ് കുറ്റിക്കാട്ടിനുള്ളിൽ മറഞ്ഞു. കാട്ടുവൈദ്യൻ മീരയുടെ കണ്ണുകൾ വിടർത്തി കാലിലെ മുറിവു പരിശോധിച്ചു. പിന്നെ കൂടെ നിന്നവർക്കും എന്തോ ഉപദേശം നല്കി. വളരെവേഗത്തിൽ വൈദ്യനു ചുറ്റും കോഴി കൾ വന്നുനിറഞ്ഞു. കോഴികൾ കൊക്കുപിളർന്ന് അണപ്പു തുടങ്ങി. വൈദ്യൻ കോഴികളെയെടുത്ത് അതിന്റെ പൃഷ്ടം പിളർന്ന് മീരയുടെ കാലി ലെ മുറിവിൽ അമർത്തി. കോഴികൾ വൃദ്ധന്നരമ്പുകളിൽ തൂങ്ങി വിറപു ണ്ടു. കോഴി ഉച്ചത്തിൽ കൊക്കരിച്ചു. പിന്നെ ഞരങ്ങി. ഒടുക്കം കണ്ണടപ്പു ട്ടി. വാ പിളർന്ന് തൂങ്ങി. വൈദ്യൻ കോഴിയെ മുറ്റത്തേക്കിട്ടു. വീണ്ടും മറ്റൊരു കോഴിയുടെ പൃഷ്ടം പിളർന്ന് മുറിവിലേക്കമർത്തി. കാട്ടു വൈദ്യന്റെ പ്രവൃത്തി പീർമുഹമ്മദിന്റെ ആശങ്ക വർദ്ധിപ്പിച്ചതേയുള്ളു. അയാളെന്താ ചെയ്യുന്നത്. ഈ കാട്ടുവൈദ്യന്റെ മന്ത്രവാദത്തിനു മീരയെ വിട്ടുകൊടുക്കാതെ പ്രോജക്ട് ഓഫീസിലേക്ക് മീരയെ എടുത്തുകൊ

ണ്ടുപോയാലോ എന്നയാൾ പലവുരു ആലോചിച്ചു. എന്നാൽ കാട്ടുകല്ലു
കളും കുന്നുകളും പീർമുഹമ്മദിനെ നോക്കി കണ്ണുരുട്ടി. പ്രോജക്ട് ഓഫീ
സിൽ നിന്ന് സഹായവുമായി ആരെങ്കിലും എത്താതിരിക്കില്ലെന്ന് പീർമു
ഹമ്മദ് ആശ്വസിച്ചു. ആകാംക്ഷയോടെ പീർമുഹമ്മദ് മീരയുടെ മുഖ
ത്തേക്ക് നോക്കിയിരുന്നു. എന്നിട്ട് മനമുരുകി പ്രാർത്ഥിച്ചു: "തമ്പുരാനെ
മീരയുടെ ജീവൻ രക്ഷിക്കണേ." മീരയിൽ നിന്നൊരു ഞരക്കം ഉയർന്നു.
മുളച്ചില്ലകൾ തമ്മിലുരയുന്നതു പോലൊരു ശബ്ദമാണ് കേട്ടത്. പിന്നെ
കണ്ണുതുറന്നു. പീർമുഹമ്മദ് ഒരുവിധം വെച്ചുവെച്ചു മീരയുടെ അരികി
ലെത്തി. മീരയുടെ കൺപീലികൾക്കിടയിലൊരു തിളക്കം. മീര ചിരിക്കാ
നാഞ്ഞു. അതുകണ്ട് സഹിക്കാനാവാതെ പീർമുഹമ്മദിന്റെ കണ്ണു നിറ
ഞ്ഞു. അയാളതു കൈവിരലുകൾ കൊണ്ട് തുടച്ചു. പിന്നെ വിറയാർന്ന
കൈകൾകൊണ്ട് മീരയെ തഴുകി ആശ്വസിപ്പിച്ചു. കാട്ടുവൈദ്യൻ എന്തൊ
ക്കെയോ ഇലകൾ പിഴിഞ്ഞെടുത്ത ചാറ് മീരയുടെ വായിലേക്കിറ്റിച്ചു.
എന്നിട്ടുപറഞ്ഞു: "ദേവൻ തുണച്ചു." മുറ്റത്തു ചിതറിക്കിടക്കുന്ന കോഴി
കളെ പീരുമുഹമ്മദ് നോക്കി. നിങ്ങൾ ജീവൻ നല്കിയാണല്ലോ മീരയെ
രക്ഷിച്ചത്.' പീർമുഹമ്മദ് മനസ്സിലോർത്തു. മഞ്ഞളും ഇലകളും കൂട്ടിയ
രച്ചെടുത്ത മിശ്രിതം വൈദ്യൻ മീരയുടെ മുറിവിലും കാലിലും പുരട്ടി
തുണികൊണ്ട് കെട്ടിവച്ചു. 'കുറച്ചു വിശ്രമിച്ചിട്ടു പോകാം." വൈദ്യൻ
പറഞ്ഞു.

പീർമുഹമ്മദ് കുന്നിൻചരിവിലേക്ക് നോക്കുമ്പോൾ ഡോ. സൂസ
ന്നയും രാജശേഖരനും ആദിവാസികളും കുന്നിറങ്ങിവരുന്നതുകണ്ടു.
പീർമുഹമ്മദ് മുന്നോട്ടുനടന്ന് അവരെ വേഗത്തിൽ കൂട്ടിക്കൊണ്ടുവന്നു.
ഡോ. സൂസന്ന മീരയുടെ നാഡി പരിശോധിച്ചു. കണ്ണുപരിശോധിച്ചു.
ഹൃദയമിടിപ്പ് തൊട്ടറിഞ്ഞ ലീസിബെൻ പാമ്പിനെക്കുറിച്ച് എന്തോ
പറഞ്ഞു. ഡോ. സൂസന്ന അവരുമായി ചൈനീസ് ഭാഷയിൽ എന്തൊ
ക്കെയോ സംസാരിച്ചു. എന്നിട്ട് മീരയ്ക്ക് ഒരു ഇൻജക്ഷൻ നല്കി
ക്കൊണ്ടു പറഞ്ഞു: "ഷീ ഈസ് പെർഫക്ടിലി ഒ കെ." പീർമുഹമ്മദ്
ആദിവാസി വൈദ്യന്റെ കോഴി ചികിത്സയെക്കുറിച്ച ഡോ. സൂസന്നയോട്
പറഞ്ഞു. അവർ അത്ഭുതത്തോടെ അതുകേട്ടിരുന്നു. പ്രോജക്ട് ഓഫീ
സിൽ നിന്നുകൊണ്ടുവന്ന സ്ട്രക്ചറിൽ മീരയെ കിടത്തി ആദിവാസി
കൾ കുന്നുകയറാൻ തയ്യാറെടുത്തു. പീർമുഹമ്മദ് കുറച്ചു നൂറുരൂപാ
നോട്ടുകൾ വൈദ്യന്റെ കൈയിൽ തിരുകാൻ ഭാവിച്ചപ്പോൾ അദ്ദേഹം
വിലക്കി. അയാൾ ഒരുവിധം നിർബ്ബന്ധിച്ച് പണം വൈദ്യനെ ഏല്പിച്ചു.
പീർമുഹമ്മദ് കാട്ടുവൈദ്യന്റെ കൈകൾ കൂട്ടിപിടിച്ച് ഗദ്ഗദത്തോടെ പറ
ഞ്ഞു.

'തീർത്താലും തീരാത്ത കടപ്പാടുണ്ട്."

"എല്ലാം ദേവന്റെ അനുഗ്രഹം." കാട്ടുവൈദ്യൻ പറഞ്ഞു.

മുറ്റത്തു ചിതറിക്കിടക്കുന്ന കോഴികളെ നോക്കി പീർമുഹമ്മദ് ഒരു
നിമിഷം നിന്നു. എത്ര കോഴികളുടെ ജീവൻ ചേർത്താണ് ഒരു മനുഷ്യ

ജീവൻ സൃഷ്ടിച്ചിരിക്കുന്നത്. പീർമുഹമ്മദ് ആലോചിച്ചു. ആത്മാവുകളെ എങ്ങനെയാണ് അളന്നുതിട്ടപ്പെടുത്തുക. മനുഷ്യരുടെ എല്ലാ അളവുകോലുകൾക്കും അപ്പുറത്താണവ!

കോഴികളുടെ ആത്മാവുകൾ പാറിപ്പറക്കുന്ന താഴ്വാരത്തു നിന്നവർ പ്രോജക്ട് ഓഫീസ് ലക്ഷ്യംവച്ചു നടന്നു. പുല്ലുകൾക്കിടയിലൂടെ മീരയേയും താങ്ങിയെടുത്തു ആദിവാസികൾ മുന്നിൽ നടന്നു. പിന്നാലെ ഡോ. സുസന്നയും ലീസിബെന്നും റെൻഹാസ് ലീയും. അവർക്കു പിന്നാലെ പീർമുഹമ്മദും. ഇളം കാറ്റിൽ പുല്ലുകൾ ഇളകിയാടിനിന്നു. കാട്ടിനുള്ളിൽ കാട്ടുകോഴികളുടെ ബഹളം കേൾക്കാം.

അഞ്ച്

പീർമുഹമ്മദ് മീരയുടെ മുറിയിലെത്തി. മീര നല്ല അടുക്കും ചിട്ടയോടും തന്റെ മുറി സൂക്ഷിച്ചിരിക്കുന്നു. മീരയെ കട്ടിലിൽ കിടത്തി ഡോ. സുസന്ന തിരക്കിട്ടെന്തൊക്കെയോ പരിശോധനകൾ നടത്തി. എന്നിട്ട് ആശ്വാസത്തോടെ നെടുവീർപ്പിട്ടു. ആദിവാസി വൈദ്യൻ മീരയുടെ കാലിൽ പൊതിഞ്ഞുകെട്ടിയിരുന്ന മരുന്നിളക്കി, ഡോ. സുസന്ന തന്റെ കൈയിൽ സൂക്ഷിച്ചിരുന്ന ചെറുസഞ്ചിയിലേക്കിട്ടു. എന്നിട്ടതു സൂക്ഷ്മതയോടെ സഹായിയെ ഏല്പിച്ചു. മീരയ്ക്ക് ക്ഷീണം മാറാൻ ഗ്ലൂക്കോസ് നൽകി എല്ലാവരും പിരിഞ്ഞു.

രണ്ടു ആദിവാസി സ്ത്രീകൾ മാത്രം മീരയെ പരിചരിക്കാനായി അവിടെ നിന്നു. മീര പീർമുഹമ്മദിനെ നോക്കി. ചിറിവിടർത്തി. മീരയുടെ കണ്ണുകളിൽ നീർമണിമുത്തുകൾ തിളങ്ങുന്നുണ്ടായിരുന്നു. ഇപ്പോൾ കരയുമെന്ന ഭാവമായിരുന്നു മീരയ്ക്ക്. പീർമുഹമ്മദ് അതിനവസരം കൊടുക്കാതെ മേശപ്പുറത്തു കിടന്ന പുസ്തകത്തിലേക്ക് കണ്ണുപായിച്ചു. ജിദ്ദുവിന്റെ മൈൻഡ് വിത്തൗട്ട് മെഷർ വായിച്ചു തീർത്ത ഭാഗത്തു അടയാളം വച്ചിരുന്നു. പീർമുഹമ്മദ് പുസ്തകമെടുത്തു തിരിച്ചും മറിച്ചും നോക്കിക്കൊണ്ടു അയാൾ പറഞ്ഞു. ജിദ്ദുവിനെ വായിക്കുന്നതു രസമുള്ളകാര്യമാണ്. വലിയ വലിയ കാര്യങ്ങൾ ലളിതമായി പറഞ്ഞു തരാൻ ജിദ്ദുവിനെപ്പോലെ എത്രപേർക്ക് കഴിയുമെന്നനിക്കറിയില്ല. അതുശരി വയ്ക്കും പോലെ മീര തലകുലുക്കി. എന്തോ പറയാനാഞ്ഞപ്പോൾ പീർമുഹമ്മദ് വിലക്കി.

"വിശ്രമിക്കൂ ഇപ്പോൾ കൂടുതൽ സംസാരിക്കണ്ട."

മീര പതിയനെ ചോദിച്ചു

"ഞാൻ പീറിനെക്കുറിച്ചൊന്നും ചോദിച്ചില്ലില്ലോ?"

ചോദ്യംകേട്ട് പീർമുഹമ്മദ് വെറുതെ ചിരിക്കാനാഞ്ഞു. പിന്നെ അൽപ്പം ഗൗരവം നടിച്ചുപറഞ്ഞു

"എന്നെക്കുറിച്ച് കൂടുതലെന്തെറിയാൻ."

മീര പിന്നീടൊന്നും ചോദിച്ചില്ല. മിഴികൾ പൂട്ടിക്കിടന്നു.

"മീര വിശ്രമിക്കൂ." പീർമുഹമ്മദു പറഞ്ഞു.

മനസ്സിനു വല്ലാത്തൊരസ്വസ്ഥത. പുറത്തേക്കിറങ്ങി. കാട്ടിലൊക്കെ വെറുതെയൊന്നലഞ്ഞു വന്നാൽ മനസ്സ് ശാന്തമാകുമായിരിക്കും. പീർമു ഹമ്മദ് പുഴക്കര ലക്ഷ്യംവച്ചു നടന്നു. പുഴയ്ക്കക്കരെ പച്ചിലകാടിന്റെ മാസ്മിരികപ്രഭാവം പീർമുഹമ്മദിനെ മാടിവിളിച്ചു. അയാൾ ആഴംകു റഞ്ഞ പുഴയുടെ ഭാഗം തേടിപ്പിടിച്ച് അക്കരെയ്ക്കു നടന്നു. പാന്റ് മുഴു വൻ നടഞ്ഞു. എന്നാൽ അത് കാര്യമാക്കിയില്ല. ഈറ്റക്കാടും ചൂരൽക്കാടും നിറഞ്ഞ ചതുപ്പിനരുകിലൂടെയുള്ള നടവഴിയിലൂടെ അയാൾ നടന്നു. ചീവീടുകൾ ഉച്ചത്തിൽ കരയാൻ തുടങ്ങി. പെട്ടെന്ന് കാട്ടിനുള്ളി ലെവിയെടെനിന്നോ എണ്ണിയാലൊടുങ്ങാത്ത ജീവികളുടെ ഒച്ച ഉയരാൻ തുടങ്ങി. ചീവീടുകളുടെ തരിപ്പാർന്ന പാട്ടാണ് മറ്റു ശബ്ദങ്ങളെ നയി ക്കുന്നതെന്ന് പീർമുഹമ്മദിനു തോന്നി. മിനിറ്റുകളോളം നീണ്ടുനിന്ന സംഗീതാധാര പെട്ടെന്നു നിന്നു. നിമിഷങ്ങളുടെ നിശ്ശബ്ദതയ്ക്കുശേഷം മറ്റൊരു താളത്തിലതു വീണ്ടും മുറുകി. കാടിന്റെ അവാച്യമായ സംഗീ തധാരയിൽ മുഴുകി പീർമുഹമ്മദു നടന്നു. ചീവീടുകളുടെ സംഗീത ത്തിന്റെ ആരോഹണവും അവരോഹണവും ഏതോ മഹാസംഗീതജ്ഞൻ ചിട്ടപ്പെടുത്തിയ താളത്തിലാണല്ലോ എന്നു അയാൾ ഓർത്തു.

ഉസ്താദ് ബിസ്മില്ലാഖാന്റെ ഷഹനായ്പോലെ ഏതോ ജീവികളുടെ വിഷാദാത്മകത തുകുന്ന ശബ്ദം ഇടയ്ക്കിടെ ഉയർന്നുകേൾക്കുന്നുണ്ട്. വളരെ ദൂരെ നിന്ന് നീർപക്ഷികളുടെ ആരവം കേൾക്കാം. ചെറുജീവിക ളുടെ ശബ്ദങ്ങൾ കൂടിക്കലെർന്നൊഴുകുന്ന നാദധാരയിൽ ലയിച്ച് പീർമു ഹമ്മദവിടെ നിന്നു. മനസ്സ് സ്നേഹാർദ്രമാകുന്നു. കാൽവിരലിൽ നിന്ന് ഒരു ചെറുതരിപ്പ് നല്ലെട്ടിലൂടെ സുഷ്മനയിലേക്ക് ഇഴഞ്ഞുകയറുന്നു. സുഖദമായ ഊർജ്ജപ്രവാഹം. പ്രകൃതിയുടെ ആത്മീയാനുഭൂതി നുകർന്ന് പീർമുഹമ്മദ് കാട്ടുവള്ളികൾ വലവിരിച്ച ഒരു മരച്ചുവട്ടിലിരു ന്നു. "ഈ കാടും ഞാനും ഒന്നാണല്ലോ തമ്പുരാനെ" പീർമുഹമ്മദ് ഓർത്തു. ഒരു ചെറുമയക്കം പീർമുഹമ്മദിനെ തഴുകി. പീർ... പീർ... എന്ന ലറിവിളിച്ചുകൊണ്ട് നൂറുനൂറായിരം മഴത്തുള്ളികൾ അയാൾക്കു ചുറ്റും ചിതറിവീണപ്പോഴാണ് അയാൾ ഞെട്ടി ഉണർന്നത്. ചുറ്റും മഴ പെയ്തു തിമിർക്കുകയാണ്. പീർമുഹമ്മദ് മഴനനയാതെ മരത്തിനോട് ചേർന്നു നിന്നു. ചീറുന്ന മഴയുടെ നരച്ച വെളുപ്പു നോക്കി അയാൾ അവിടെ നിന്നു. ഇലച്ചാർത്തുകളിലൂടെ മഴ ഒഴുകി ഇറങ്ങുകയാണ്. മരച്ചില്ലകൾ ഇളകി ആടുന്നു. കാട്ടിലെവിടെയോ ഒരു മരം അലർച്ചയോടെ നിലം പതിക്കുന്ന ശബ്ദം കേൾക്കാം.

മഴയുടെ ശക്തി കുറഞ്ഞുവരുന്നുണ്ട്. ചീവീടുകളുടെയും തവളക ളുടെയും പുള്ളുകളുടെയും മറ്റും കരച്ചിൽ മഴയുടെ ചീറ്റലിനെയും കവ ച്ചുകേൾക്കാം. മഴ പൊടിമഴയായി അന്തരീക്ഷത്തിൽ ലയിച്ചതോടെ ചുറ്റും വെള്ളിവെളിച്ചം പടരാൻ തുടങ്ങി. ഇലച്ചാർത്തുകൾക്കെല്ലാം നവ ഉന്മേഷം ലഭിച്ചതുപോലെ. വെള്ളിവെളിച്ചത്തിൽ കരിമ്പച്ച പുതച്ച കാടു കാണാൻ

നല്ല ഭംഗിയുണ്ട്. പ്രകൃതി വേഗം മാറിമറിയുകയാണ്. അന്തിവെട്ടം മഴ വില്ലുപോലെ തരിച്ചിറങ്ങുന്നു. അഭൗമമായ ആ കാഴ്ച നോക്കി പീർമു ഹമ്മദ് നിന്നു. പെട്ടെന്ന് ഇലച്ചാർത്തുകൾക്കിടയിൽ ഒരു തിരയിളക്കം. ഏതോ കുറെ ജീവികൾ കൂട്ടമായി ഒരു മരത്തിൽ നിന്ന് മറ്റൊരുമരത്തി ലേക്ക് പാറിപ്പോകുന്നു. ഇതെന്തു ജീവികളാണെന്നറിയാൻ ആകാംക്ഷ യോടെ പീർമുഹമ്മദ് ചതുപ്പിനരികിലേക്ക് ഓടിവന്നു നോക്കി. വിവിധ നിറങ്ങൾ അന്തിവെട്ടത്തിൽ തിളങ്ങി ഒഴുകിമറയുകയാണ് നിറങ്ങളുടെ ഈ ഒഴുക്ക് ഒരു ചെറുമഴവില്ല് പോലെ തോന്നിക്കുന്നു. നീണ്ട വാലു കൾ വിറപ്പിച്ചു ചിറകുവീശി പറന്നൊഴുകുന്ന ഈ ജീവികൾ ശലഭങ്ങള ല്ലെന്നുറപ്പാണ്. പെട്ടെന്ന് പീർമുഹമ്മദ് അത്ഭുതത്തോടെ വിളിച്ചു: "പറക്കും ഓന്തുകൾ." നൂറുകണക്കിനു പറക്കും ഓന്തുകൾ പച്ചിലപ ടർപ്പുകളിൽ നിന്ന് പച്ചില പടർപ്പുകളിലേക്ക് ഒഴുകിമറയുകയാണ്. ഇത്ത രത്തിലൊരു കാഴ്ച ആദ്യമായാണല്ലോ കാണുന്നതെന്ന് പീർമുഹമ്മദ് ഓർത്തു.

ഈ കാടുകളിൽ ധാരാളം പറക്കും ഓന്തുകൾ ഉണ്ടെന്ന് കേട്ടിട്ടു ണ്ട്. എന്നാൽ ഇത്രയധികം ഓന്തുകൾ ഇങ്ങനെ ഒഴുകിപറക്കുന്ന കാടാ ണെന്ന് വിചാരിച്ചതേയില്ല. വിവിധ നിറങ്ങളുള്ള കുട്ടിപാവാട ധരിച്ച് കൊച്ചുകുട്ടികൾ വരിവരിയായി ഒഴുകിനീങ്ങുംപോലെയുണ്ട് പറക്കും ഓന്തുകളുടെ സഞ്ചാരം. അവയുടെ സഞ്ചാരം ഇനിയും അവസാനിച്ചിട്ടി ല്ല. മുമ്പേ ഒഴുകിയകന്ന നിറങ്ങൾക്ക് പിന്നാലെ ഒറ്റതിരിഞ്ഞും ചെറുകൂ ട്ടമായുമുള്ള സംഘങ്ങൾ അവിടവിടെ നിന്നായി ഒഴുകിക്കൊണ്ടിരിക്കുക യാണ്. 'തമ്പുരാനെ ഇതൊരു വല്ലാത്ത കാഴ്ചതന്നെ.' ചുറ്റും ഇരുട്ടു പത തുകാൻ തുടങ്ങി. ഇവിടെ കൂടുതൽ നേരം തങ്ങുന്നതു സുരക്ഷിത മല്ലെന്നു കണ്ട് പീർമുഹമ്മദ് വേഗം പുഴക്കരികിലേക്ക് നടന്നു. പുഴക്കരി കിലെത്തിയപ്പോൾ അത്ഭുതപ്പെട്ടുപോയി. താൻ മുമ്പ് കടന്നുവന്ന പുഴ തനിക്കപരിചിതമായി തോന്നുന്നു. പുഴ പതഞ്ഞൊഴുകുകയാണ്. താൻ പുഴമുറിച്ചു കടന്ന കടവ് ഇതുതന്നെയല്ലേയെന്നു പീർമുഹമ്മദ് ഒന്നു കൂടി പരിശോധിച്ചു. മാറ്റമില്ല. എന്നാൽ പുഴമാറിയിരിക്കുന്നു. പുഴ നിറ ഞ്ഞൊഴുകുകയാണ്. അയാൾ പുഴയിലേക്കിറങ്ങാൻ ഒരു ശ്രമം നടത്തി യെങ്കിലും ശക്തമായ ഒഴുക്കിൽപ്പെട്ട് പുറകോട്ടു മാറേണ്ടിവന്നു. ഭയവും കുളിരും കൊണ്ട് പീർമുഹമ്മദിന്റെ ശരീരം നേരിയതോതിൽ വിറയ്ക്കാൻ തുടങ്ങി. അയാൾ പുഴവക്കത്തെ ഒരു കാട്ടുകല്ലിൽ കയറിയിരുന്നു. കൊടും കാടിനുള്ളിലെവിടെയൊക്കെയോ മഴ ഇപ്പോഴും പെയ്യുന്നുണ്ടാവണം. മഴ വെള്ളം എത്രവേഗമാണ് പുഴവെള്ളമായി മാറിയത്.

പീർമുഹമ്മദ് ഒരു പാറക്കല്ലിൽ കയറിയിരുന്ന് ഭീതിയോടെ ചുറ്റും നോക്കി. ഏതൊക്കെയോ ജീവികൾ കാട്ടിലൂടെ ഓടിമറയുന്ന ഒച്ച കേൾക്കാം. ആനയുടെ ചിന്നംവിളിപോലൊന്നു കേൾക്കുകയും ചെയ്തു. ഈറ്റക്കാടുകളും കാട്ടുതെങ്ങുകളും തിങ്ങിവളരുന്നിടത്ത് ആനക്കൂട്ടങ്ങ ളെത്തുക സാധാരണമാണല്ലോ എന്നു പീർമുഹമ്മദ് ഓർത്തു. ചുറ്റും

കാടിന്റെ സംഗീതം പതഞ്ഞുതുകാൻ തുടങ്ങി. താടിയെല്ലുകളിലേക്ക് ചെറിയ വിറയൽ പടരുന്നുണ്ട്. കുളിരുകൊണ്ടയാൾ കൈകൾ മാറിൽ വരിഞ്ഞു ചുറ്റി. ഇരുട്ടു കനംവച്ചുവരുകയാണ്. പാറക്കെട്ടുകൾക്കിടയിൽ നിന്ന് കിരുകിരുപ്പോടെ ഒരു ഊർജ്ജപ്രവാഹം. പെട്ടെന്ന് പീർമുഹമ്മദ് എണീറ്റു മാറി. ഈയലുകളുടെ കൂട്ടം കൂടുപൊട്ടി മാനത്തേക്ക് പറന്നു യരാൻ തുടങ്ങി. അന്തരീക്ഷത്തിൽ പകൽ വെളിച്ചത്തിന്റെ നേരിയ പ്രഭ മാത്രമേ ഇപ്പോഴുള്ളൂ. ആകാശത്തേക്ക് പൊട്ടി ഒഴുകുന്ന ഈയാംപാറ്റ കളെ നോക്കി അയാൾ ഇരുന്നു. ഇരുട്ടു കനംവച്ചുവരികയാണ്. എന്നാൽ അതു തൂകിപ്പരക്കാൻ മാനത്ത് നിലാവ് അനുവദിക്കുന്നില്ല. തിമിർത്തു പെയ്യുന്ന പുഴകടന്ന് അക്കരെ എങ്ങനെയെത്താനാകുമെന്ന് പീർമുഹ മ്മദ് ആലോചിച്ചു. ഈ കാട്ടിനുള്ളിൽ രാത്രി അകപ്പെട്ടാൽ... ആലോചി ക്കാനെ വയ്യ. ഒരു രക്ഷക്കായി അയാളുടെ മനസ്സ് കേണു. അവിടവിടെ യായി ഒറ്റപ്പെട്ടു പറക്കുന്ന മിന്നാമിന്നുകളെ നാണിപ്പിച്ചുകൊണ്ട് നിലാവ് പരക്കാൻ തുടങ്ങി. ഇലച്ചാർത്തുകളിൽ കസവുനൂലുകൾ വീണുതെറി ച്ചു. എന്നാൽ അത് ആസ്വദിക്കാൻ മനസ്സിനാകുമായിരുന്നില്ല. മനസ്സ് ഭീതിത്മായി കരയുകയാണ്. പെട്ടെന്ന് എവിടെ നിന്നോ ആദിവാസിക ളുടെ കലമ്പിച്ച ശബ്ദം കേൾക്കാൻ തുടങ്ങി. പീർമുഹമ്മദ് ആകാംക്ഷ യോടെ ചെവിവട്ടം പിടിച്ചു. അയാൾ സന്തോഷത്തോടെ ഉറക്കെ കൂക്കി ട്ടു. അതിനുശേഷം കുറച്ചുനേരം മറുശബ്ദത്തിനായി കാത്തുനിന്നു. വീണ്ടും കൂക്കി വിളിച്ചു. പീർമുഹമ്മദിന്റെ ഹൃദയം വല്ലാതെ ഇടിക്കാൻ തുടങ്ങി. ആദിവാസികളുടെ ശബ്ദം... വെറുതെ തോന്നിയതാകുമോ? ഇപ്പോൾ ശബ്ദം കേൾക്കാനില്ലല്ലോ എന്നു ഭീതിയോടെ അയാൾ ഓർത്തു. പീർമുഹമ്മദ് ആശയറ്റവനെപ്പോലെ നിശ്ശബ്ദമായി കരഞ്ഞുകൊണ്ട് വീണ്ടും കൂക്കിട്ടു. ഒന്നും കേൾക്കാനില്ല. നിരാശയോടെ കാട്ടുകല്ലിൽ കുഴ ഞ്ഞിരുന്നു. പെട്ടെന്നു പുല്ലുകൾക്കിടയിൽ ഒരു കാൽപ്പെരുമാറ്റം. പീർമു ഹമ്മദ് ചെവിവട്ടം പിടിച്ചു. നാലഞ്ച് ആദിവാസികൾ അവിടേക്ക് വന്നു. അവർ സംശയപൂർവ്വം പീർമുഹമ്മദിനെ നോക്കി. ആദിവാസികളിൽ ഒരാൾ അയാളെ തിരിച്ചറിഞ്ഞു. അയാൾ ആകാംക്ഷയോടെവന്ന് എന്തു പറ്റിയെന്നു തിരക്കി. പീർമുഹമ്മദ് കാട്ടിൽ ഒറ്റപ്പെട്ടകാര്യം പറഞ്ഞുമന സ്സിലാക്കി. ഇരുളിൽ നിന്ന് ചില ആദിവാസികൾ മുന്നോട്ടു നീങ്ങിനിന്നു. അവർ പുറത്തെന്തോ തൂക്കിയിരിക്കുന്നത് പീർമുഹമ്മദിന്റെ ശ്രദ്ധ യിൽപെട്ടു. ഒരു മ്ലാവിനെ രണ്ട് ആദിവാസികൾ ചേർന്നു കമ്പിൽ തൂക്കി യിരിക്കുന്നു. കാട്ടുമുയലുകളെയും മറ്റ് എന്തൊക്കെയോ ജീവികളെയും ചിലർ തൂക്കിപിടിച്ചിട്ടുണ്ട്. പീർമുഹമ്മദിന്റെ കിടുകിടുപ്പ് ശ്രദ്ധിച്ചിട്ടാവണം ആദിവാസികൾ കുറച്ചു കാട്ടുതേനും ചുട്ടകിഴങ്ങും പീർമുഹമ്മദിനു തിന്നാൻ കൊടുത്തു. അയാൾ ആർത്തിയോടെയതു കഴിച്ചു. പീർമുഹ മ്മദിന്റെ കുളിർ പതിയനെ കെട്ടടങ്ങി. അയാൾ ആദിവാസികൾക്ക് പിന്നാലെ പുഴയോരത്തുകൂടി നടന്നു. ഒരു കുറ്റിക്കാട്ടിൽ കെട്ടിയിട്ടിരുന്ന ചങ്ങാടം ഒരാൾ വലിച്ചടുപ്പിച്ചു. ചങ്ങാടമെന്നു പറയാൻ കുറച്ചു കമ്പു

കൾ ചേർത്തുകെട്ടിയിരിക്കുന്നു. അത്രയേയുള്ളൂ. എല്ലാവരും ചങ്ങാടത്തി ലേക്ക് കയറി. ഒന്നുറച്ചിട്ടാണെങ്കിലും പീർമുഹമ്മദും ഒരുവിധം ചങ്ങാട ത്തിൽ കയറിപ്പറ്റി. ശക്തമായ നീരൊഴുക്കിൽ ചങ്ങാടം ആടിയുലയുന്നു ണ്ടായിരുന്നു. ഏതു നിമിഷവും മുങ്ങാം എന്ന നിലയിൽ താണും പൊങ്ങിയും ചങ്ങാടം നീങ്ങിക്കൊണ്ടിരുന്നു. നീണ്ട കഴയുമായി ഒരു ആ ദിവാസി ചങ്ങാടം നിയന്ത്രിക്കാൻ പാടുപെടുന്നുണ്ട്. എന്നിട്ടും ചങ്ങാടം അതിനു തോന്നിയതുപോലെ ഒഴുകി നീങ്ങുകയാണെന്ന് അയാൾക്കു തോന്നി.

ചത്തമ്മാവിന്റെ തല പീർമുഹമ്മദിന്റെ കാല്പാദത്തിൽ തൊട്ടിരുന്നു. നിലാവിൽ ഇളകിമറിയുന്ന പുഴയിലൂടെ വേട്ടയാടിയ മൃഗത്തെയും കൊണ്ട് ചങ്ങാടത്തിലിരുന്നു പുഴകടക്കുന്ന രംഗം ഏതോ പ്രാചീനകാ ലത്തെ ഓർമ്മിപ്പിക്കുന്നതായിരുന്നു. ഭയം പൊതിഞ്ഞിരുന്നെങ്കിലും ആ കാനനപുഴ യാത്ര ആസ്വദിക്കാൻ പീർമുഹമ്മദ് ബോധപൂർവ്വം ശ്രമിച്ചു. ചങ്ങാടം ആടിയുലഞ്ഞ് ഒരു കൈതക്കാട്ടിനരുകിൽ ചെന്നു തറച്ചു. ഒരാൾ വെള്ളത്തിലേക്ക് ചാടി കരയിലെത്തി ചങ്ങാടം വലിച്ചടുപ്പിച്ചുകെട്ടി. ചങ്ങാ ടത്തിൽ നിന്നിറങ്ങി മ്ലാവിനെയും തൂക്കി അവർ നടന്നു. പ്രോജക്ട് ഓഫീ സിലേക്ക് പോകേണ്ട കാര്യം പീർമുഹമ്മദ് അവരെ ഓർമ്മിപ്പിച്ചു. തന്നെ പ്രോജക്ട് ഓഫീസിൽ എത്തിക്കാമെന്നവർ ഏറ്റു. ആദിവാസികൾക്കു പിന്നാലെ അയാൾ നടന്നു.

ആദിവാസികളുടെ വരവും പ്രതീക്ഷിച്ച് ചുറ്റുംമിന്നിച്ച് ചിലർ നടവ ഴിയോരത്തു കാത്തുനിന്നിരുന്നു. അതുകണ്ട് ആദിവാസികൾ ഒരു പ്രത്യേക ശബ്ദത്തിൽ ഒന്നു കൂകിവിളിച്ചു. ഉടൻ എതിർ കൂവൽ വന്നു. ആദിവാസികുടിലുകളിൽ ആരവം ഉയർന്നു. ആദിവാസി പിള്ളേരും പെണ്ണുങ്ങളും ആഹ്ളാദപൂർവ്വം ഒത്തു ചേർന്നു. നിമിഷനേരം കൊണ്ട് വേട്ടമൃഗം വീതംവയ്ക്കപ്പെട്ടു. ആഴി ഉയർന്നു. പീർമുഹമ്മദ് ഒരു കുടിലി നുമുന്നിൽ കസേരയിൽ ഇരുന്ന അവരുടെ ആഹ്ളാദം നോക്കി രസിച്ചു. ചുറ്റും ഇറച്ചി ചുട്ടമണം പരക്കുന്നു. കുറച്ചുനേരം കഴിഞ്ഞപ്പോൾ ഏതോ ധാന്യം വരുത്തുപൊരിച്ചുണ്ടാക്കിയ പലഹാരവും ചുട്ടഇറച്ചിയും പീർമു ഹമ്മദിന്റെ മുമ്പിൽ കൊണ്ടുവച്ചു. അയാൾക്ക് നന്നായി വിശക്കുന്നുണ്ടാ യിരുന്നു. ചുട്ട ഇറച്ചിക്കഷണങ്ങൾ ചുട് ഊതിഊതി വായിലിട്ടു. പല ഹാരം അടർത്തി തേൻമുക്കികഴിച്ചു. താനിതുവരെ കഴിച്ചതിൽ ഏറ്റവും രുചിയേറിയ ഭക്ഷണമാണല്ലോ ഇതെന്നയാൾ ഓർത്തു. കാട്ടിൽ കുടു ങ്ങിയത് ഒരുപക്ഷേ, രുചിയേറിയ ഈ ഭക്ഷണം കഴിക്കാൻ വേണ്ടിയാവ ണം. ഭക്ഷണം കഴിച്ചുകഴിഞ്ഞപ്പോൾ പീർമുഹമ്മദിനെ ഓഫീസിൽ കൊണ്ടാക്കാനായി ഒന്നുരണ്ട് ആദിവാസികൾ ടോർച്ചും മിന്നിച്ചുവന്നു. അവർക്കു പിന്നാലെ അയാൾ കാട്ടിടവഴിയിലൂടെ നടന്നു. ചുട്ട ഇറച്ചിയു ടെയും വാറ്റുചാരായത്തിന്റെയും ഗന്ധമായിരുന്നു അവർക്ക്. അവർ പൊന്ത ക്കാടുകൾക്കിടയിലൂടെ നടന്ന് പ്രോജക്ട് ഓഫീസിന്റെ പടിക്കലെത്തി. പീർമുഹമ്മദ് ആദിവാസികൾക്ക് നന്ദി പറഞ്ഞു. അവർ കുന്നിറങ്ങിമറ

ഞ്ഞു.

പീർമുഹമ്മദ് നേരെ മീരയുടെ മുറിയിലേക്ക് നടന്നു. മീര കട്ടിലിൽ ഇരിക്കുകയാണ്. പീർമുഹമ്മദിനെ കണ്ടതും മീരയുടെ കണ്ണുകൾ ഈറ നണിഞ്ഞു. ഒരു ആദിവാസി സ്ത്രീ മീരക്കൊപ്പമുണ്ടായിരുന്നു. മീരയോട് ശബ്ദം താഴ്ത്തി പീർമുഹമ്മദ് ചോദിച്ചു:

"ഇപ്പോഴെങ്ങനെയുണ്ട്."

"ആശ്വാസമുണ്ട്." മീര പറഞ്ഞു.

"പീർ വല്ലാതെ വിഷമിപ്പിച്ചു കളഞ്ഞുവല്ലോ."

മീരയുടെ വാക്കുകളിൽ പരിഭവം.

"ഞാൻ കാട്ടിൽ മഴയിൽ കുടുങ്ങിപ്പോയി."

പിന്നെ കൂടുതലൊന്നും പറയാതെ രാവിലെ കാണാമെന്നു പറഞ്ഞ് പീർമുഹമ്മദ് മുറി ലക്ഷ്യമാക്കി നടന്നു

<h2 style="text-align:center">ആറ്</h2>

നേരം പരപരാ വെളുത്തപ്പോൾ തന്നെ പീർമുഹമ്മദ് ഉണർന്നു. ശരീരത്തിന് ഒരസ്വസ്ഥത. ഒരു പനിക്കോളുമാതിരി. കുളിരുമുണ്ട്. "പനി യായിരിക്കും" പീർമുഹമ്മദ് മനസ്സിലോർത്തു. മത്തായി വിളമ്പിയ ഭക്ഷണം ഒരുവിധം കഴിച്ചെന്നുവരുത്തി "വിശപ്പില്ല" പീർമുഹമ്മദ് മത്താ യിയോടായി പറഞ്ഞു: 'പനിയായിരിക്കും. ഒരു ചുക്കുകാപ്പികഴിച്ചാൽ പനി യൊക്കെ പമ്പ കടന്നോളും.' മത്തായി പറഞ്ഞു.

പീർമുഹമ്മദ് എണീറ്റ് പ്രോജക്ട് ഓഫീസിലേക്ക് നടന്നു. പിന്നെ മീരയുടെ മുറിയിലെത്തി. അവൾ വേഗം സുഖം പ്രാപിക്കുകയാണ്. പീർ മുഹമ്മദിനു സന്തോഷം തോന്നി. തന്നെ കണ്ടപ്പോൾത്തന്നെ മീര ചോദിച്ചു: "പനിക്കുന്നുണ്ടെന്നു തോന്നുന്നുന്നല്ലോ." അയാളതുകേട്ട് തല കുലുക്കി. മീര വേഗം തന്റെ ബാഗ് തപ്പിയെടുത്തു മൂന്നാലു ഗുളികയെ ടുത്തു നീട്ടിക്കൊണ്ടു പറഞ്ഞു:

"ഇപ്പോൾ തന്നെ കഴിച്ചു തുടങ്ങിക്കോളൂ. നാളത്തേക്ക് പൂർണ സുഖമാവും."

"ഭഹാ...! മീര ഇതിനിടയ്ക്ക് ഡോക്ടറുമായോ?"

പീർമുഹമ്മദ് കളിയാക്കുംപോലെ ചോദിച്ചു. ഒരു പനിക്കൊക്കെ ചികി ത്സിക്കാൻ ഈ മരുന്നു കമ്പനിയിലെ ജോലിതന്നെ ധാരാളം മതി. മീരക്കു കൂടി പനി പകർന്നേക്കുമെന്നു കരുതി പീർമുഹമ്മദ് ഓഫീസിലേക്ക് നടന്നു. കുറച്ചു പണിയൊക്കെ ചെയ്തു. ഇടയ്ക്കു മത്തായി ചുക്കുകാ പ്പിയുമായി വന്നു. താൻ ചുക്കുകാപ്പി ആവശ്യപ്പെട്ടിരുന്നില്ലല്ലോയെന്നു പീർമുഹമ്മദ് ഓർത്തു. മീരതന്ന ഗുളിക കഴിച്ചിട്ടും പനിക്ക് കുറവൊന്നും തോന്നിയില്ല. ഇപ്പോൾ ശരീരം ചുട്ടുപൊള്ളുന്നതുപോലെയുണ്ട്. തണുത്ത കാറ്റ് സൂചിമുനകൾ വാരി വിതറുകയാണ്. വല്ല മലമ്പനിയു മാകുമോ?

കഴിയുന്നത്ര വേഗത്തിൽ മുറിയിലെത്തി പുതപ്പിനുള്ളിലേക്ക് നുഴ്ന്നി
റങ്ങി. ഇപ്പോൾ നേരിയ ഒരു ആശ്വാസം തോന്നുന്നുണ്ട്. വൈകിട്ട് മത്തായി
ചുക്കുകാപ്പിയുമായി വന്നു. നെറ്റിയിൽ കൈവെച്ചുനോക്കിയിട്ട് ചുട്ടുപൊ
ള്ളുന്നുണ്ടല്ലോ എന്നാശങ്കപ്പെട്ടു. മത്തായി തന്നെ പോയി ഡോ. സൂസ
ന്നയെ കൂട്ടിക്കൊണ്ടുവന്നു. ഡോക്ടർ മുറിയിലെത്തി ചൂട് പരിശോധിച്ചു
മരുന്നു നല്കി. കുഴപ്പമില്ലെന്ന് പറഞ്ഞ് ആശ്വസിപ്പിച്ചു. ഉച്ചകഴിഞ്ഞപ്പോൾ
മീര വന്നു. പുതപ്പിനുള്ളിൽ നിന്ന് തലയുയർത്തി എണീക്കാൻ ശ്രമിച്ചു
കൊണ്ട് പീർമുഹമ്മദ് പറഞ്ഞു.

"മീര എന്തിനിപ്പോൾ എണീറ്റു നടന്നു."

"ഓ എനിക്കിപ്പോൾ യാതൊരു കുഴപ്പവുമില്ല."

മീര നിസ്സാരഭാവത്തിൽ പറഞ്ഞു.

"ഇപ്പോൾ പീറിനാണ് രോഗം. അതുകൊണ്ട് ഞാൻ പറയുന്നതനു
സരിക്കണം." പീർമുഹമ്മദ് തലയാട്ടി.

"എങ്കിൽ മിണ്ടാതെ പുതച്ചുമൂടി കിടന്നോളൂ." മീര പറഞ്ഞു. "ഇതു
വെറും ജലദോഷം. മഴനനഞ്ഞതുകൊണ്ടുണ്ടായതാ."

മീര പറഞ്ഞു.

എന്നിട്ട് പീർമുഹമ്മദിന്റെ നെറ്റിയിൽ മീര കൈചേർത്തുവച്ചു. ചൂടു
കുറഞ്ഞിട്ടുണ്ട്. ഡോ. സൂസന്ന തന്ന മരുന്നിന്റെ ഗുണം കൊണ്ടല്ല. ഡോ.
മീരയുടെ കൈപ്പുണ്യം കൊണ്ടാണ്."

മീര ഒരു പ്രത്യേകഭാവത്തിൽ പറഞ്ഞു.

ഇതുകേട്ട് അയാൾ ചിരിച്ചു.

"ഹെയ് പനികുറഞ്ഞത് മത്തായിയുടെ ചുക്കുകാപ്പിയുടെ ഗുണം
കൊണ്ടാ." പീർമുഹമ്മദ് പറഞ്ഞു.

"ഭ്ഗേ! അങ്ങനെയൊരു വൈദ്യന്റെ ചികിത്സ കൂടിയുള്ളകാര്യം
ഞാനറിഞ്ഞില്ലല്ലോ?" മീര വെറുതെ അതിശയം നടിച്ചു പറഞ്ഞു.

മീര ചിരിച്ചു. പീർമുഹമ്മദും ചിരിച്ചു. മീരയുടെ പരിചരണം ഏറെ
കൊതിച്ചിരുന്നെങ്കിലും അതുപുറത്തുകാട്ടാതെ പീർമുഹമ്മദ് പറഞ്ഞു:

"മീര ഇവിടെയിരുന്നാൽ പനി പകരും. മുറിയിലേക്ക് പൊയ്ക്കോളൂ."

"പനിയൊക്കെ കുട്ടികൾക്കു വരാറുള്ള രോഗമല്ലേ. ഞങ്ങൾ
മുതിർന്നവർക്ക് തെല്ലും ഭയമില്ല."

മീര തമാശകലർത്തിപ്പറഞ്ഞു കൊണ്ട് പീർമുഹമ്മദിന്റെ കട്ടിലിന്റെ
പടിയിലിരുന്നു. പീർമുഹമ്മദ് മീരയെനോക്കി. മീരയുടെ തിളക്കമുള്ള
കണ്ണുകൾ ആ മുഖത്തിനു വല്ലാത്തൊരഴക് നൽകുന്നുണ്ട്. പീർമുഹ
മ്മദ് മീരയുടെ മുഖത്തേക്ക് നോക്കി ചോദിച്ചു:

"മീരയെങ്ങനെയാണ് ഈ സെന്ററിൽ എത്തിയത്?"

പീർമുഹമ്മദിന്റെ ചോദ്യം പ്രതീക്ഷിച്ചിരുന്നതുപോലെ മീര വിഷാ
ദാത്മകമായി ചിരിച്ചു. എന്നിട്ടെന്തോ ഓർത്തെടുക്കുംപോലെ ജനൽപാ
ളികൾക്കിടയിലൂടെ ദൂരെ മലമടക്കുകളിലേക്ക് നോക്കി. പിന്നെ ശാന്ത
മായി പറഞ്ഞു: "അല്പം ആശ്വാസം തേടിയാണ് ഞാനിവിടേക്ക് വന്ന

ത്." എന്നിട്ട് ഒരുനിമിഷത്തെ മൗനത്തിനുശേഷം പറഞ്ഞു: "കാർഷിക സർവ്വകലാശാല വൈസ് ചാൻസലർ ആയിരുന്ന വൈദ്യനാഥൻ ഞങ്ങളുടെ കുടുംബ സുഹൃത്താണ്. അദ്ദേഹമാണ് ഈ സെന്ററിലേക്ക് എന്നെ പറഞ്ഞയച്ചത്." മീര മിഴിപൂട്ടി.

മീരയെന്തോ മറച്ചുപിടിക്കുന്നതുപോലെ പീർമുഹമ്മദിനു തോന്നി? അയാൾ തലയണ കട്ടിലിന്റെ പടിയിൽ ചാരി ഉയർന്നിരുന്നുകൊണ്ട് ആകാംക്ഷയോടെ ചോദിച്ചു.

"എന്താശ്വാസത്തിനുവേണ്ടിയാണ്? എന്തെങ്കിലും കുഴപ്പം?"

"ഹെയ്." മീര നിഷേധാർത്ഥത്തിൽ തലയാട്ടി.

"ക്യാപ്റ്റൻ വൈശാഖൻ എന്നൊരാളുമായി എന്റെ വിവാഹം നിശ്ചയിച്ചിരുന്നു. വിവാഹത്തിന്റെ എല്ലാ ഒരുക്കങ്ങളും പൂർത്തിയാക്കി നാട്ടിലേക്ക് വരാനിരിക്കെ അയാൾ ആസാമിൽ തീവ്രവാദികളുടെ വെടിയേറ്റു മരിച്ചു. വിവാഹം നിശ്ചയിച്ച ദിവസത്തിനു മൂന്നോ നാലോ ദിവസം മുമ്പാണത് സംഭവിച്ചത്. അയാളുമായി വലിയ അടുപ്പമൊന്നുമുണ്ടായിരുന്നില്ല. നിശ്ചയ ദിവസം കണ്ടിരുന്നു. പിന്നെ ടെലിഫോണിൽ വിളിക്കുമായിരുന്നു. അത്രെ ഉണ്ടായിരുന്നുള്ളൂ. വിവാഹത്തിന് എല്ലാവരെയും ക്ഷണിച്ച് ഒരുക്കങ്ങൾ പൂർത്തിയാക്കിയശേഷമാണ്..." മീര ഗദ്ഗദത്തോടെ പറഞ്ഞു നിർത്തി. "എന്തോ എന്റെ മനസ്സ് വല്ലാതെ ഉലഞ്ഞുപോയി. കുറച്ചുകാലം വീട്ടിലെ അന്തരീക്ഷത്തിൽ നിന്ന് മാറി നില്ക്കണമെന്നു തോന്നി. വൈദ്യനാഥനങ്കിൾ സഹായിച്ചു. അങ്ങനെ ഞാനിവിടെയെത്തി. അച്ഛന്റെയും അമ്മയുടെയും ഏകമകളാ. എന്റെ സന്തോഷത്തിനുവേണ്ടി ഈ ജോലി ചെയ്യാൻ അവർ അനുവദിക്കുന്നുവെന്നു മാത്രം." മീര പറഞ്ഞുനിർത്തി.

മീരയെ എങ്ങനെ ആശ്വസിപ്പിക്കണമെന്നറിയാതെ പീർമുഹമ്മദ് കുഴഞ്ഞു. ദുഖങ്ങളെല്ലാം ഉള്ളിലൊതുക്കിയാണല്ലോ അവൾ ഒരു ചിത്ര ശലഭത്തെപ്പോലെ പാറിക്കളിച്ചിരുന്നതെന്ന് അയാൾ ഓർത്തു. പീർമുഹമ്മദ് തന്റെ വലതുകരം മീരയുടെ കൈകളിലേക്ക് ചേർത്തുവച്ചു ആശ്വസിപ്പിച്ചു.

"എല്ലാം ഈശ്വരനിശ്ചയമെന്നു സമാധാനിക്കാം"

മീര പതിയെ കൈകൾ പിൻവലിച്ചുകൊണ്ടു പറഞ്ഞു.

"ചൂടു വളരെ കുറഞ്ഞിട്ടുണ്ട്."

"നല്ല ആശ്വാസം തോന്നുന്നുണ്ട്" പീർമുഹമ്മദ് പറഞ്ഞു.

"എന്റെ കാലിൽ ചെറിയ നീർക്കോളുണ്ട്" മീര പറഞ്ഞു.

"വിശ്രമിക്കേണ്ട സമയമല്ലേ. എണീറ്റു നടന്നതുകൊണ്ടാവും."

മീരയ അതിനുത്തരം പറയാതെ കസേരയിൽ നിന്നെണീറ്റുകൊണ്ട് ചോദിച്ചു. "പീറിന് എന്തെങ്കിലും ആവശ്യമുണ്ടോ?"

"ഹെയ്."

മീര അയാളുടെ ശരീരത്തു നിന്ന് ഒഴുകിമാറിയ പുതപ്പ് വലിച്ചുനേരെയാക്കിക്കൊണ്ട് അധികാരഭാവത്തോടെ പറഞ്ഞു:

"പനി മാറിയെന്നും പറഞ്ഞ് ഉടനെ പുറത്തേക്കിറങ്ങി നടക്കണ്ട വിശ്രമിക്ക്."

മീര പുറത്തേക്ക് നടന്നു. വാതിക്കലെത്തി. പതിയെയൊന്നു തിരിഞ്ഞു നോക്കി. പീർമുഹമ്മദും മീരയെത്തന്നെ നോക്കിക്കിടക്കുക യായിരുന്നു. മീര ഒരു ചരിവിലൂടെ നടന്നകലുന്നതു പീർമുഹമ്മദ് നോക്കി ക്കിടന്നു.

വെയിൽനാളങ്ങൾ പുൽപ്പരപ്പിൽ നിന്ന് താഴ്വാരത്തേക്ക് ഒലിച്ചിറ ങ്ങുന്നു. ഒന്നുറങ്ങി എണീറ്റപ്പോൾ പീർമുഹമ്മദിന് ആശ്വാസം തോന്നി. കിടന്നാൽ ക്ഷീണം കൂടുകയേയുള്ളൂ. അതുകൊണ്ട് ഓഫീസിലേക്ക് തന്നെ നടന്നു. ഡോ. സൂസന്നയും ഡോ. ഫിലിപ്പും മുറിയിലിരുന്നു ആരോടോ ഗൗരവമായി സംസാരിക്കുന്നുണ്ട്. പീർമുഹമ്മദ് ജനൽപാളി വഴി നോക്കുമ്പോൾ പരിചിതമായ മറ്റൊരു മുഖം കൂടി വെളിപ്പെട്ടു. ഡോ. കൃഷ്ണമൂർത്തി. വിഷവൈദ്യചികിത്സയിൽ ലോകപ്രശസ്തനാണ് അദ്ദേ ഹം. കൃഷ്ണമൂർത്തിക്ക് തൊട്ടടുത്ത് ആദിവാസി വൈദ്യൻ ഇരിക്കുന്നു ണ്ട്. ചില പെൺകുട്ടികളിൽ കണ്ടുവരുന്ന പൗരുഷസ്വഭാവം കുറയ്ക്കാൻ ആദിവാസി വൈദ്യൻ പറഞ്ഞുകൊടുത്ത മരുന്നു കേട്ട് പീർമുഹമ്മദിനു ചിരിവന്നു. പൗർണമി ദിവസം തൊട്ടാവാടിയിലകൾ കൂമ്പാതെ അടർത്തി യെടുത്തു പെൺകുട്ടികളുടെ മസിലുകളിൽ ചേർത്തുകെട്ടണം. ഒരുപ്ര ത്യേകയാമത്തിൽ ഇലകൾ താനെ കൂമ്പും. അതോടെ പേശികൾ മൃദു ലമാകുമത്രെ! ആദിവാസി വൈദ്യൻ പറയുന്ന കാര്യങ്ങൾ വളരെ ഗൗര വപൂർവ്വമാണവർ എടുക്കുന്നതെന്ന് പീർമുഹമ്മദിനു തോന്നി. ചന്ദ്രനിൽ നിന്നുള്ള ആകർഷണവുമായി ബന്ധപ്പെടുത്തി അവർ എന്തൊക്കെയോ സംസാരിക്കുന്നതുകേട്ടു. പീർമുഹമ്മദിനു കാര്യമായതു മനസിലായി ല്ലെന്നു മാത്രം. അയാൾ മുറ്റത്തേക്കിറങ്ങി നടന്നു. 'ഭരത് പ്രാണിരക്ഷാ – ഒരു ജർമ്മൻ –അമേരിക്കൻ പ്രോജക്ട്' എന്ന് ഇംഗ്ലീഷിലും മലയാള ത്തിലും ബോർഡ് വച്ചിട്ടുണ്ട്. പ്രാചീനമായ നമ്മുടെ അറിവുകളെല്ലാം ഇവർ കടത്തിക്കൊണ്ടുപോവുകയാണോ? പീർമുഹമ്മദിൽ നേരിയൊരു സംശയം തലപൊക്കി. പുല്ലുകൾക്കിടയിലൂടെ താഴ്വാരത്തേക്ക് നടന്നു. അയാൾക്കുചുറ്റും ചിന്തകൾ വീണു ചിതറിത്തെറിച്ചു. മുൾപ്പടർപ്പുകളും കാട്ടുമരങ്ങളും അവ നക്കിത്തുടച്ചു. തിത്തിരിപക്ഷികളുടെ കലപിലാര വം. പീർമുഹമ്മദ് തിരികെ ഓഫീസിലെത്തുമ്പോൾ ഡോ. കൃഷ്ണ മൂർത്തിയെ അവിടെ കാണാനില്ലായിരുന്നു. അയാൾ തന്റെ മുറി ലക്ഷ്യ മാക്കി നടന്നു. കിഴക്കൻ കുന്നുകളിൽ നിന്നു പ്രകാശബിന്ദുക്കൾ നക്കി തുടച്ചു നക്കിത്തുടച്ചു കരിംഭൂതം കുന്നിറങ്ങിവരുന്നു. പീർമുഹമ്മദ് നട വഴിയിലൂടെ നടന്നു വന്നു. പ്രകാശബിന്ദുക്കളുടെ നിലവിളി ചുറ്റും ആർത്തലയ്ക്കുന്നു. വെളിച്ചം ഇരുട്ടിനെയും ഇരുട്ട് വെളിച്ചത്തെയും തിന്നു ജീവിക്കുന്നു.

ഏഴ്

കുന്നിൻചെരിവിൽ നരച്ച പുല്ലുകൾക്കിടയിൽ അവിടവിടെയായി ഒറ്റപ്പെട്ട് പച്ചപ്പുല്ലുകൾ നിൽക്കുന്നതുകാണാൻ നല്ല ഭംഗിയുണ്ട്. പുല്ലുകളുടെ സൗന്ദര്യം ആസ്വദിച്ച് പീർമുഹമ്മദ് നില്ക്കുമ്പോൾ അപരിചിതമായ ഒരാൾ ഒരു ആദിവാസി പയ്യനെയും കൂട്ടി കുന്നുകയറി വരുന്നതു കണ്ടു. അൻപതു വയസ്സിൽ കുറയില്ല. ശാസ്ത്രജ്ഞരാരെങ്കിലും ആവും. പ്രോജക്ട് ഓഫീസിൽ ഇങ്ങനെ എത്രയെത്രപേർ വന്നുപോകുന്നു. അയാൾ മനസ്സിലോർത്തു. അവർ നടന്ന് പീർമുഹമ്മദിന്റെ അരികിലേക്കു വന്നു. നെറ്റിയിൽ നിന്നു തലയുടെ ഉച്ചിയിലേക്ക് അതിക്രമിച്ചു കയറിയ കഷണ്ടിയിൽ പൊടിച്ചു നിന്ന വിയർപ്പുതുള്ളികൾ ടൗവ്വൽകൊണ്ട് ഒപ്പി മധ്യവയസ്കൻ ഹൃദ്യമായി ചിരിച്ചു. നരച്ചതെങ്കിലും കട്ടിയുള്ള മീശ ആ മുഖത്തിന് ഒരു ഗാംഭീര്യം നൽകുന്നുണ്ട്.

അയാൾ ഗാംഭീര്യ ശബ്ദത്തിൽ ചോദിച്ചു:

"ഇവിടെ റിസേർച്ച് അസിസ്റ്റന്റായി ജോലി നോക്കുന്ന മീര എവിടെയാണ് താമസം?"

"ദേ ആ കാണുന്ന മുറിയിലാണ്."

പീർമുഹമ്മദ് വിരൽ ചൂണ്ടി പറഞ്ഞു. എന്നിട്ട് സൗമ്യതയോടെ ചോദിച്ചു:

"ആരാ?"

"അച്ഛനാ" അയാൾ പറഞ്ഞു. ആദിവാസി പയ്യൻ ഒരു കാൽ മറ്റേ കാലിൽ പിരിച്ചു നിന്നു. കാൽ നിലത്തുറയ്ക്കാതെ മണ്ണിൽ നിന്ന് നേരിയ ശബ്ദമുയരാൻ തുടങ്ങി. അതു ശ്രദ്ധിച്ചുകൊണ്ട് മീരയുടെ അച്ഛൻ പോക്കറ്റിൽ കൈയിട്ട് ഒരു നോട്ടെടുത്ത് ആദിവാസി പയ്യനു നീട്ടി. ഒന്നറച്ചിട്ടാണെങ്കിലും പയ്യനതു കൈനീട്ടി വാങ്ങി പതിയെ നടന്നകന്നു. പീർമുഹമ്മദിന് മീരയുടെ അച്ഛനെയും കൂട്ടി അവളുടെ മുറിയിലേക്ക് നടന്നു.

അപ്രതീക്ഷിതമായി അച്ഛനെകണ്ടതോടെ മീരയുടെ മുഖം വിവർണമായി. ആകാംക്ഷയും ഭീതിയും നിഴലിച്ച മുഖത്തുനിന്ന് വാക്കുകൾ പുറത്തേക്ക് തെറിച്ചു:

"അച്ഛൻ ഒരു മുന്നറിയിപ്പുമില്ലാതെ.... അമ്മയ്ക്ക് അസുഖമൊന്നു മില്ലല്ലോ?"

"അമ്മയ്ക്ക് അത്ര സുഖമൊന്നുമില്ല." മീരയുടെ അച്ഛൻ എന്തോ ആലോചിച്ചുകൊണ്ടു പറഞ്ഞു.

അച്ഛനും മകളും വീട്ടുവർത്തമാനങ്ങൾ പറയുന്നതിനിടയിൽ ഞാനൊരു അപരിചിതൻ ശല്യമാകരുതല്ലോയെന്നു കരുതി 'എന്നാൽ ഞാനങ്ങോട്ടിറങ്ങട്ടെയെന്നു പറഞ്ഞ് പീർമുഹമ്മദ് പുറത്തേക്ക് പോകാൻ ഭാവിച്ചപ്പോൾ മീര പറഞ്ഞു'

"അച്ഛൻ പീർമുഹമ്മദിനെ പരിചയപ്പെട്ടോ?"

തലുകുലുക്കിക്കൊണ്ട് മീരയുടെ അച്ഛൻ പറഞ്ഞു.

"പേരു ചോദിക്കാൻ വിട്ടു. പീർമുഹമ്മദ് അല്ലേ?"

അതെയെന്ന് പീർമുഹമ്മദ് തലകുലുക്കി.

"എന്റെ പേര് വിശ്വനാഥൻ. റെയിൽവേയിലായിരുന്നു. ഇപ്പോൾ പെൻഷനായി വീട്ടിലിരിക്കുന്നു."

"ഞാനും മീരയെപ്പോലെ റിസർച്ച് അസിസ്റ്റന്റായി പണിയെടുക്കു കയാണ്" പീർമുഹമ്മദ് പറഞ്ഞു.

"ഏതായിരുന്നു സബ്ജക്ട്"

"എക്കോളജി"

പീർമുഹമ്മദിന്റെ വാക്കുകൾ ശ്രദ്ധിക്കാതെ അയാൾ പറഞ്ഞു.

ഈ കാട്ടിൽ വന്നു പണിചെയ്യേണ്ട വല്ല ആവശ്യവും ഇവൾക്കു ണ്ടോ? ഞങ്ങളാണെങ്കിൽ വാർദ്ധക്യത്തിലാണ്. ഇവളുടെ അമ്മയ്ക്കും തീരെ സുഖമില്ല. പണിക്കാരത്തി ഒരുദിവസം വന്നില്ലങ്കിൽ വീട്ടിൽ തീപു കയാത്ത സ്ഥിതിയാണ്. മീരയോട് വീട്ടിലേക്ക് വരാൻ എഴുതി മടുത്തു. നേരിട്ടുകണ്ടു കൂട്ടിക്കൊണ്ടു പോകാൻ വന്നതാ."

എന്നിട്ടു പീർമുഹമ്മദിനോടായി പറഞ്ഞു.

"മീരക്ക് വീട്ടിനടുത്തൊരു സ്കൂളിൽ ജോലി ശരിയാക്കി വച്ചിരിക്കു കയാണ്. എന്തുപറഞ്ഞിട്ടും അവൾ വന്നു ജോലിയിൽ ചേരുന്നില്ല."

അച്ഛൻ കുറ്റപ്പെടുത്തുന്ന മുഖഭാവത്തോടെ മീരയെ നോക്കി.

മീര മുഖം കുനിച്ചു.

"എന്തുകണ്ടിട്ടാ ഇവളീ കാട്ടിൽ വന്ന് കഴിയുന്നതെന്ന് എത്ര ആലോ ചിച്ചിട്ടും പിടികിട്ടുന്നില്ല."

അച്ഛന്റെ വാക്കുകൾ കേട്ട് മീരയുടെ മുഖം താമരമൊട്ടുപോലെ കുമ്പി... ഇപ്പോൾ അടർന്നു വീഴുമെന്ന ഭാവത്തിൽ ഒരു നീർമുത്ത് കൺപീലിക്കിടയിലൂടെ എത്തിനോക്കി.

"നിന്നെ കരയിക്കാനല്ല ഞാനിങ്ങോട്ടുവന്നത്. മോള് അച്ഛന്റെ വിഷ മംകുടി മനസിലാക്ക്."

മീരയെ ആശ്വസിപ്പിക്കുന്നതിനോ മീരയുടെ അച്ഛനെ ആശ്വസിപ്പി ക്കുന്നതിനോ ഉള്ള വാക്കുകൾ പീർമുഹമ്മദിന്റെ കൈവശമുണ്ടായിരു ന്നില്ല. എങ്കിലും പീർമുഹമ്മദ് പറഞ്ഞു.

"മീരാ... അച്ഛൻ കുന്നുകയറി ക്ഷീണിച്ചുവന്നതല്ലേ എന്തെങ്കിലും കുടിക്കാനെടുപ്പിക്കാം."

"എനിക്കിപ്പോൾ ഒന്നും വേണമെന്നില്ല" അയാൾ ഭംഗിവാക്കുപറ ഞ്ഞു.

പീർമുഹമ്മദ് ചായകൊണ്ടുവരാൻ രാജശേഖരനു നിർദ്ദേശം നൽകി. കുറച്ചുകഴിഞ്ഞപ്പോൾ മത്തായി ചായയുമായി വന്നു. അതുശ്രദ്ധിച്ചു കൊണ്ട് മീര പറഞ്ഞു.

"ചായയ്ക്ക് മധുരം ഇട്ടോ?"

കുഴപ്പമില്ല ഇപ്പോ മധുരമിട്ടും ഇടയ്ക്കിടെ ചായ കുടിക്കാറുണ്ട്. മനസ്സ് നീറുമ്പോൾ കുറച്ചു മധുരം ഉള്ളിൽ ചെല്ലുന്നത് നല്ലതാ."

ചായ ഊതി ഊതി കുടിച്ചുകൊണ്ട് മീരയുടെ അച്ഛൻ പറഞ്ഞു.
"നിനക്കിവിടെ സുഖമാണോ മോളേ?"

"സുഖമാ. ഇഷ്ടം പോലെ സമയം വായിക്കാനും കിട്ടും."

മീരയുടെ അച്ഛൻ മൂളി. മീര ചായ കുടിക്കാഞ്ഞത് പീർമുഹമ്മദ്
ശ്രദ്ധിച്ചു. "മീര ചായ കുടിച്ചില്ല" അയാൾ പറഞ്ഞു.

എനിക്കിപ്പോൾ വേണമെന്നില്ല.

"കുടിക്കൂ." പീർമുഹമ്മദ് നിർബന്ധിച്ചു.

മീര ഒരു തർക്കത്തിനിടം കൊടുക്കാതെ ചായ ഗ്ലാസ് ചുണ്ടോടു
ചേർത്തു. പീർമുഹമ്മദ് യാത്രപറയാൻ നില്ക്കാതെ പ്രോജക്ട് ഓഫീ
സിലേക്ക് നടന്നു. പ്രോജക്ട് ഓഫീസിന്റെ തൊട്ടുതാഴെയുള്ള കുന്നിൻചെ
രുവിൽ വെണ്മിഴാവ് മരക്കൂട്ടത്തിനു ചുവട്ടിൽ ഒരാൾക്കൂട്ടം. മരത്തിനു
മുകളിലിരുന്ന് ആദിവാസികൾ എന്തോ പറയുന്നുമുണ്ട്. പീർമുഹമ്മദ്
മരച്ചുവട്ടിലേക്ക് നടന്നു. ലീസിബെന്നും റെൻഹാസ് ലീയും ഉത്സാഹ
ത്തോടെ നിൽക്കുകയാണ്. ഡോ. ഫിലിപ്പുമുണ്ട്. വെണ്മിഴാവിലെ ഒരു
പൊത്തിൽ നിന്ന് രണ്ട് ആദിവാസികൾ ചേർന്നു എന്തിനെയോ പിടിച്ചെ
ടുക്കുകയാണെന്ന് പീർമുഹമ്മദിനു മനസ്സിലായി. വളരെ ഭയപ്പാടോടെ
യാണ് ആദിവാസികൾ പൊത്തിൽ നിന്നു ഏതോ ജീവിയെ പിടിച്ചെടു
ക്കുന്നത്. പക്ഷികളാവില്ല. മറ്റേതോ ജീവിയാവും ഉറപ്പ്. അയാൾ കാത്തു
നിന്നു. ആദിവാസികൾ വിജയഭാവത്തോടെ മരത്തിൽ നിന്നിറങ്ങിവന്നു.
അവർ നിലത്തിറങ്ങിയതും ഡോ. ഫിലിപ്പ് ആകാംക്ഷാപൂർവം അവരുടെ
അരികിലേക്ക് വന്ന് സഞ്ചി തുറന്നു നോക്കി. അദ്ദേഹത്തിന്റെ മുഖം വിക
സിച്ചു. ലീസിബെന്നും റെൻഹാസ് ലീയും അദ്ദേഹത്തിന്റെ അടുത്തെത്തി.
ഡോ. ഫിലിപ്പ് സഞ്ചി അവരുടെ കൈകളിലേക്ക് നൽകി. സഞ്ചിയിൽ
കിടന്ന് ഏതോ ജീവി അനങ്ങുന്നുണ്ടായിരുന്നു. ഇതെന്തുജീവിയാണെ
ന്നറിയാൻ പീർമുഹമ്മദിന്റെ മനസ്സ് വെമ്പി. പീർമുഹമ്മദ് രാജശേഖര
നോട് ചോദിച്ചു. "സഞ്ചിയിലെന്താ?" ചിലന്തികളാണ്.

രാജശേഖരൻ നിസ്സാരമട്ടിൽ പറഞ്ഞു.

"ചിലന്തികളോ?" പീർമുഹമ്മദ് സംശയപൂർവം ചോദിച്ചു.

"ഞാ! കടുവ ചിലന്തികൾ." രാജശേഖരനതു പറഞ്ഞിട്ട് കുന്നുകയ
റുകയാണ്. പീർമുഹമ്മദ് ലീസിബെന്നിന്റെയും റെൻഹാസ് ലീയുടെയും
പിന്നാലെ നടന്നു. അവർ പ്രോജക്ട് ഓഫീസിന്റെ മുന്നിലെത്തി. സഞ്ചി
യിൽ നിന്ന് സൂക്ഷ്മതയോടെ ഒരു കടുവാ ചിലന്തിയെ പിടിച്ച് സുഷിര
ങ്ങളുള്ള ഒരു തടിപ്പെട്ടിയിലേക്ക് മാറ്റി. മറ്റൊന്നിനെ നിലത്തേക്കിട്ടു. പീർമു
ഹമ്മദ് കടുവാചിലന്തിയെ ആദ്യമായാണ് അടുത്തുകാണുന്നത്. ഞണ്ടി
ന്റെ അത്രയും വലിപ്പമുള്ള വലിയ ചിലന്തികൾ. ഇളം മഞ്ഞനിറമുള്ള
കടുവാചിലന്തിയുടെ ദേഹം നിറയെ ചെറുരോമങ്ങൾ എഴുന്നു നിൽക്കു
ന്നു. കറുത്ത രണ്ടുകൊമ്പുകൾ ഉള്ളിലൊതുക്കിയിട്ടുണ്ട്. തന്റെ ശക്തിയും
നീളവുമുള്ള കാലുകൾ പെരുക്കിപെരുക്കിവച്ച് കടുവ ചിലന്തികൾ നട
ന്നു. ലീസിബെന്നും റെൻഹാസ് ലീയും ആഹ്ലാദപൂർവം അതിന്റെ

പിന്നാലെ നടന്നു. എന്തൊക്കെയോ പറയുന്നുണ്ടായിരുന്നു. തൈറാഫോ സിസ് സ്പൈഡർ വിഭാഗത്തിൽപ്പെട്ട റൂഫിലാറ്റയെന്നയിനം ചിലന്തിയാ ണിതെന്ന്, പീർമുഹമ്മദിന് മനസിലായി. പശ്ചിമഘട്ട മലനിരകളുടെ തെക്കേ മുനമ്പിലാണിത് കൂടൊരുക്കുകയെന്ന് എവിടെയോ വായിച്ചതു പീർമുഹമ്മദ് ഓർത്തു. പ്രോജക്ട് ഓഫീസിൽ കിടന്ന നാച്ച്വറൽ ഹിസ്റ്ററി മ്യൂസിയം ഓഫ് ഇംഗ്ലണ്ടിന്റെ ഒരു ജേർണലിലാണ് താനിക്കാര്യം വായി ച്ചതെന്ന് പീർമുഹമ്മദ് ഓർത്തെടുത്തു. അത്യപൂർവ്വമായ ചിലന്തികളാ ണിത്. തൈറോഫോസിസ് സ്പൈഡർ വിഭാഗത്തിലെ ഈ ചിലന്തിക ളെതേടി വർഷങ്ങളായി ഗവേഷകർ ലോകമെമ്പാടും അലയുകയാണത്രേ! എന്തായാലും ലീസിബെന്നും റെൻഹാൻസ് ലീയും ഭാഗ്യവാന്മാരാണ്. അവർക്കിതിനെ കിട്ടിയല്ലോ? മുറ്റത്തു ചാടിനടന്ന കടുവാചിലന്തികളെ പിടിച്ചവർ കൂട്ടിലിട്ടു. ചിലന്തിക്കുഞ്ഞുങ്ങൾ ഭയപ്പാടോടെ തല ഉയർത്തി നോക്കി. തലക്ക് മുൻവശത്തുള്ള കാലുകൾ നിവർത്തിപ്പിടിച്ച് ചിലന്തി ക്കുഞ്ഞുങ്ങൾ തലഉയർത്തി നോക്കുന്നതു കാണാൻ നല്ലരസമുണ്ട്. ഭയ പ്പാടോടെയുള്ള അവയുടെ നോട്ടംകണ്ട് പീർമുഹമ്മദിന്റെ മനസലിഞ്ഞു പോയി. ഒരു കുടുംബമായിരിക്കണം. ഈ കാട്ടിൽകഴിഞ്ഞിരുന്ന ഈ ചിലന്തി കുടുംബം ഇനി കടൽകടക്കുമല്ലോയെന്നു പീർമുഹമ്മദ് ഓർത്തു. ചിലന്തിക്കുഞ്ഞുങ്ങൾ വരിവരിയായി മുറ്റത്ത് ഓടിനടന്നു. അതുകണ്ട് ആഹ്ലാദം സഹിക്കവയ്യാതെ ലീസിബെന്നും റെൻഹാസ് ലീയും പ്രത്യേക ശബ്ദങ്ങൾ പുറപ്പെടുവിക്കാൻ തുടങ്ങി. ഒടുക്കം ചിലന്തിക്കുഞ്ഞുങ്ങളെ ഓരോന്നായി പിടിച്ച് അവർ കൂട്ടിലടച്ചു. ഉച്ചകഴിഞ്ഞപ്പോൾ പുറത്തുവ ലിയ ഭാണ്ഡക്കെട്ടുകളുമായി ഒന്നുരണ്ട് ആദിവാസികൾക്കൊപ്പം ലീസി ബെന്നും റെൻഹാസ് ലീയും കുന്നിറങ്ങുന്നത് പീർമുഹമ്മദ് ജനൽപാ ളികൾക്കിടയിലൂടെ കണ്ടു. അവർ മടങ്ങുകയാവണം. മീരയും അച്ഛനും ഓഫീസിന്റെ പടികൾ കയറിവന്നു. പീർമുഹമ്മദ് എണീറ്റ് അവരുടെ അരികിലേക്ക് ചെന്നു. "എന്തേ മുറിയിലേക്ക് കണ്ടില്ല." മീര പരിഭവ ത്തോടെ ചോദിച്ചു.

"കുറച്ചു പണിയിലായിരുന്നു." പീർമുഹമ്മദ് പറഞ്ഞു.

എന്നിട്ട് എന്തോ ഓർത്തതുപോലെ പറഞ്ഞു:

"നമ്മുടെ ചൗധരിസാറിന് ഒരുലക്ഷം ഡോളറിന്റെ ഒരവാർഡ് ലഭി ച്ചിരിക്കുന്നു. ഇന്നത്തെ പത്രത്തിലുണ്ട് മീരകണ്ടോ?"

ഇല്ലെന്ന് മീര തലയാട്ടി.

"എന്തവാർഡാണ്?" മീര ചോദിച്ചു.

"അമേരിക്കൻ മെഡിക്കൽ ഫൗണ്ടേഷൻ അവാർഡ്. ഒരുലക്ഷം ഡോളറാണ് തുക. പശ്ചിമഘട്ട മലനിരകളുടെ സംരക്ഷണത്തിന് അദ്ദേഹം നൽകുന്ന സേവനത്തെ മാനിച്ചാണ് അവാർഡ് നൽകുന്നതെന്ന് എഴുതിയിട്ടുണ്ട്." പീർമുഹമ്മദ് പറഞ്ഞു.

"എങ്കിൽ അടുത്ത അവാർഡ് പീർമുഹമ്മദിനാവും." മീര കളിയാക്കി. അതുകേട്ട് പീർമുഹമ്മദ് ചിരിച്ചു. മീര അച്ഛനെ ഡോ. ഫിലിപ്പിനും

ഡോ. സുസന്നക്കും പരിചയപ്പെടുത്തി. കുറച്ചു നേരം അവർ മീരയുടെ അച്ഛനുമായി കുശലം പറയുകയും ചെയ്തു. ഡോ. സുസന്നയും ഫിലിപ്പും അടുത്ത മുറിയിലേക്ക് പോയപ്പോൾ മീര പീർമുഹമ്മദിനോടായി പറഞ്ഞു: "അച്ഛനോട് നാളെ പോകാമെന്നുപറഞ്ഞിട്ടു സമ്മതിക്കുന്നില്ല. ഉടനെ കുന്നിറങ്ങണമെന്ന് ഒരേ നിർബന്ധം."

പീർമുഹമ്മദ് മീരക്കുവേണ്ടി മീരയുടെ അച്ഛനോട് ചോദിച്ചു: "രാവിലെ പോയാൽപോരെ."

"പോകണം" മീരയുടെ അച്ഛൻ ഒറ്റവാക്കിൽ മറുപടി പറഞ്ഞു. എന്നിട്ടുപോകാനായി ധൃതികൂട്ടി. മീരയും അച്ഛനെ യാത്രയാക്കാനായി തയാറെടുത്തപ്പോൾ പീർമുഹമ്മദ് വിലക്കി. "ഞാൻ കൊണ്ടാക്കിയിട്ടുവരാം" എന്നാൽ മീരയതിനു സമ്മതിച്ചില്ല. മീര നിർബന്ധം പിടിച്ചപ്പോൾ പീർമുഹമ്മദ് പിന്നെയൊന്നും പറഞ്ഞില്ല. കുന്നിറങ്ങിക്കയറുമ്പോഴേക്കും മീരയുടെ കാലിൽ നീരുകൂടുമെന്ന് അയാൾ പിറുപിറുക്കുക മാത്രം ചെയ്തു.

കാട്ടിടവഴിയിലൂടെ അവർ നടന്നു. താഴ്‌വാരത്ത് പ്രോജക്ട് ഓഫിസിന്റെ ജീപ്പ് കിടന്നിരുന്നു. മീരയുടെ അച്ഛനെ ജീപ്പിൽ കയറ്റി ഇരുത്തി. അദ്ദേഹം നിറകണ്ണുകളോടെ മീരയെ നോക്കി. "നീ വേഗം വീട്ടിലേക്കു വരണം." അച്ഛൻ ഇടർച്ചയോടെ പറഞ്ഞു. മീരയുടെ കണ്ണുകളും നിറഞ്ഞു. മീരയുടെ അച്ഛനെയും കൊണ്ട് ജീപ്പ് വളഞ്ഞുപുളഞ്ഞ് കാട്ടുപാതയിലൂടെ അകന്നകന്നുപോകുന്നത് മീര നോക്കിനിന്നു.

"മീര... തീർച്ചയായും അച്ഛനെയും അമ്മയെയും കാണാൻ പോകണം' പീർമുഹമ്മദ് പറഞ്ഞു.

മീര അതിനു തലകുലുക്കുകമാത്രം ചെയ്തു. മീരയുടെ മുഖത്ത് അന്തിവെട്ടം പ്രഭചൊരിഞ്ഞു. ചുവന്ന മൂക്കിൻതുമ്പ് കൂടുതൽ ചുകപ്പണിഞ്ഞു. ആ മരങ്ങൾക്കിടയിലൂടെ ടോർച്ചടിക്കുംപോലെ ഒഴുകിവീഴുന്ന പ്രകാശ തുണുകൾക്കിടയിലൂടെ അവർ നടന്നു.

കാട്ടിലവിടെയവിടെയായി തറച്ചുനിൽക്കുന്ന ഈ പ്രകാശ തുണു കളാണ് കാട്ട് മരച്ചില്ലകളെ താങ്ങിനിർത്തിയിരിക്കുന്നതെന്ന് പീർമുഹമ്മദിനു തോന്നി. കാടിന്റെ സൗന്ദര്യം നുകർന്നവർ നടന്നു. ചുറ്റും ഇരുട്ടു പതതുകാൻ തുടങ്ങി. മീര പീർമുഹമ്മദിനോട് ചേർന്നു നടന്നു. പെട്ടെന്ന് മീര വിങ്ങിപ്പൊട്ടുംപോലെ ഏങ്ങിക്കരഞ്ഞു. എന്തുപറ്റി പീർമുഹമ്മദ് ആകാംക്ഷയോടെ മീരയുടെ കൈകളിൽപിടിച്ചുകൊണ്ടു ചോദിച്ചു. മീര ഒരു തേങ്ങലോടെ പീർമുഹമ്മദിന്റെ നെഞ്ചിലേക്ക് തലചായ്ച്ചു.

അയാൾ മീരയുടെ നീണ്ട തലമുടിയിൽ തഴുകിക്കൊണ്ട് എന്തൊക്കെയോ പറഞ്ഞ് ആശ്വസിപ്പിച്ചുകൊണ്ടിരുന്നു. മീരയുടെ മൂക്ക് പീർമുഹമ്മദിന്റെ കഴുത്തിൽ ഉരസി. പീർമുഹമ്മദ് സ്നേഹാർദ്രതയോടെ മീരയുടെ മൂർധാവിൽ ചുംബിച്ചുകൊണ്ട് പറഞ്ഞു: "മീര വീട്ടിലൊന്നുപോയി വന്നാൽ എല്ലാ വിഷമങ്ങളും മാറിക്കൊള്ളും" മീര ഒന്നു മൂളുകമാത്രം ചെയ്തു. അവൾ കണ്ണുതുടച്ചു. പിന്നെ കാട്ടിടവഴിയിലൂടെ കുന്നുകയറി.

എട്ട്

പ്രൊജക്ട് ഓഫീസിന്റെ മുറ്റത്തു കുറച്ച് ആദിവാസികൾ കൂടി നില്ക്കുന്നു. രാജശേഖരൻ എന്തൊക്കെയോ അടുക്കിപെറുക്കി വയ്ക്കുന്ന തിരക്കിലാണ്. എവിടെയോ യാത്രപുറപ്പെടാനുള്ള തയ്യാറെടുപ്പാണെന്ന് പീർമുഹമ്മദിനു മനസ്സിലായി. അയാളെ കണ്ടതും രാജശേഖരൻ വന്നു പറഞ്ഞു: "സാറിനെ മുറിയിൽ വന്നുവിളിക്കാനിരുന്നതാണ്. എല്ലാവരും കൂടി കാട്ടിനുള്ളിലേക്ക് പോകാൻ തയ്യാറാവുകയാണ്. ആരോഗ്യപച്ച പടർന്നുകിടക്കുന്ന കുന്നിൻപുറം മുണ്ടൻകാണി കണ്ടുപിടിച്ചിരിക്കുന്നു."

ഡോ. സൂസന്നയും ഡോ. ഫിലിപ്പും കാട്ടിലേക്ക് പോകാൻ തയ്യാ റായി. മീരയും എത്തിക്കഴിഞ്ഞു. കറുത്ത പാന്റും ഇളംപച്ച നിറത്തിൽ ചാരപുള്ളികളുള്ള ഷർട്ടുമാണ് മീര ധരിച്ചിരിക്കുന്നത്. തലയിൽ നീല ക്യാപ് ധരിച്ചിട്ടുണ്ട്. കാലിൽ ജംഗിൾബൂട്ട് ധരിച്ചിരിക്കുന്നു. അപ്പോഴാണ് ആദിവാസികൾ ഒഴികെ എല്ലാവരും ജംഗിൾബൂട്ടുകൾ ധരിച്ചിരിക്കുന്നതു പീർമുഹമ്മദ് ശ്രദ്ധിച്ചത്. പാമ്പുകൾക്കെതിരെയുള്ള മുൻകരുതലുകളാ വും. രാജശേഖരൻ പീർമുഹമ്മദിനു ധരിക്കാനുള്ള ബൂട്ടുകളുമായി വന്നു. പീർമുഹമ്മദ് ജംഗിൾ ബൂട്ടുകൾ ധരിച്ച് ഒരു യോദ്ധാവിനെപ്പോലെ തയ്യാ റെടുത്തു.

ഡോ. ഫിലിപ്പും ഡോ. സൂസന്നയും അപൂർവ്വമായേ കാട്ടിനുള്ളി ലേക്ക് വരാറുള്ളൂ. ഗൗരവമുള്ള യാത്രയായവും ഇതെന്നു പീർമുഹമ്മദ് മനസ്സിലോർത്തു. ആരോഗ്യപച്ച വളരുന്നതിന്റെ സൂക്ഷ്മ കാലാവസ്ഥ യെക്കുറിച്ചു ഡോ. ഫിലിപ്പും ഡോ. സൂസന്നയും തമ്മിൽ എന്തൊ ക്കെയോ പറയുന്നതു പീർമുഹമ്മദ് ശ്രദ്ധിച്ചു. ബ്രിട്ടനിലെ റോസിലിൻ ഇൻസ്റ്റിറ്റ്യൂട്ടിൽ നിന്ന് ആരോ ഇവിടേക്ക് വരുന്നുണ്ടെന്ന് അവരുടെ സംസാ രത്തിൽ നിന്ന് പീർമുഹമ്മദിന് മനസ്സിലായി. ആരോഗ്യപച്ചയെ കൃത്രിമ മായി വളർത്തിയെടുക്കുന്നതിന്റെ സാധ്യതകളെക്കുറിച്ചാണവർ ഏറെ നേരം സംസാരിച്ചത്. മുണ്ടൻകാണിക്കു പിന്നാലെ എല്ലാവരും കാട്ടിനു ള്ളിലേക്ക് നടന്നു.

വഴിതെളിച്ചും മുള്ളുകൾ വകഞ്ഞുമാറ്റിയും ആദിവാസി ചെറുപ്പക്കാർ മുമ്പെ നടക്കുന്നുണ്ട്. കരിമ്പാറകൾക്കിടയിലൂടെ ഒലിച്ചിറങ്ങുന്ന കാട്ടരു വിക്കരികിലൂടെ അവർ നടന്നു.

കുറ്റിക്കാടും വൻമരങ്ങളും തിങ്ങിനിറഞ്ഞ കാട്ടിലൂടെയുള്ള നടത്തം ആവേശഭരിതമായിരുന്നു. കാടിന്റെ കുളിർമ്മയുള്ള ആശ്ലേഷത്തിൽ മനസ്സും ശരീരവും കൂടുതൽ ഉന്മേഷമുള്ളതാവുന്നു. എല്ലാ കാടിനും ഒരേ ഗന്ധമാണ്. ഒരേ സ്വരവും. ഉള്ളിൽ നിന്നു ഉള്ളിലേക്ക് അരിച്ചിറങ്ങുന്ന മാന്ത്രിക സ്പർശം. ദൂരെ ചിത്രശലഭങ്ങൾ പാറിപ്പറക്കുന്ന പുൽമേട് സുവർണരേഖപോലെ കാണാം. കാടതിന്റെ പരുക്കൻ ഭാവങ്ങൾ പുറ ത്തെടുക്കാൻ തുടങ്ങി. ചെങ്കുത്തായ വഴിയിലൂടെയുള്ള കയറ്റം വിമ്മിട്ട മുണ്ടാക്കുന്നു. പലരുടെയും കാലുകൾ വേച്ചുതുടങ്ങി. എന്നാൽ ആദി

വാസികൾക്കുമാത്രം യാതൊരു കുലുക്കവുമില്ല. എല്ലാവരും മലയിടു ക്കിലെ ഒരു പാറപ്പുറത്തിരുന്നു വിശ്രമിച്ചു. രാജശേഖരനും മത്തായിയും ബിസ്ക്കറ്റും ചായയും എല്ലാവർക്കും നൽകി. ചൂടു ചായ കിട്ടിയത് നന്നാ യി. ചായ ഊതി ഊതിക്കുടിച്ചുകൊണ്ട് പീർമുഹമ്മദ് മനസിലോർത്തു. വിശ്രമത്തിനുശേഷം വീണ്ടും മലക്കയറ്റം. ഇപ്പോൾ ചെങ്കുത്തായ കയറ്റം ഏതാണ്ടവസാനിച്ചിരിക്കുന്നു. ഇനി ചെറിയ ഇറക്കമാണ്. കയറ്റം പോലെ ഇറക്കവും ആയാസകരം തന്നെ. എങ്കിലും കാട്ടിലൂടെ ഇങ്ങനെ തെന്നി തെന്നി നീങ്ങാൻ ഒരുപൊടി രസമുണ്ട്. കാട്ടുമരങ്ങൾക്കിടയിൽ നിന്ന് ഇറ്റിറ്റു വീഴുന്ന വെള്ളത്തുള്ളികൾ ചേർന്നൊഴുകുന്ന ഒരു ചെറു നീർചാ ലിനരികിലെത്തി. കാട്ടിലെ ചെറുജീവികളുടെ ശബ്ദം കാടിനെ പ്രകമ്പനം കൊള്ളിക്കുന്നു. ഇടയ്ക്കിടെ ഉയർന്നും പൊങ്ങിയും പിന്നെ പതിയെ കെട്ടും വീണ്ടം കത്തിപടർന്നും ശബ്ദവീചികൾ കാട്ടിൽ ഒഴുകിപ്പരക്കുക യാണ്. കാടിന്റെ ഈ മാസ്മരിക സാന്നിധ്യം അവാച്യമായൊരു അനുഭ വമാണ്. കാട്ടിലെ ഓരോ കോശബിന്ദുവും തരിപ്പാർന്ന ഈ സംഗീതല യത്തിൽ കുളിച്ചിരിക്കുംപോലെ, നീരരുവിയുടെ കിളുകിളു ശബ്ദം കാട്ടിലെ എണ്ണിയാലൊടുങ്ങാത്ത ചെറുജീവികളുടെ ശബ്ദങ്ങളിൽ നിന്ന് വേറിട്ടു നിൽക്കുന്നു. പീർമുഹമ്മദ് തന്റെ കൈകൾ നീരരുവിയിൽ സ്പർശിച്ചു. കോശങ്ങളിലേക്ക് കുളിർപടർന്നു. താഴ്വാരത്തുകൂടി പത ഞ്ഞൊഴുകുന്ന പുഴയുടെ വാൽത്തുമ്പിലാണ് താനെന്നബോധം പീർമു ഹമ്മദിന് ആഹ്ലാദം പകർന്നു. ഒരു പുഴ പിറവികൊള്ളുന്നതു തൊട്ടറി യുക എന്തു നല്ല അനുഭവമാണ്. മണ്ണുതുരന്ന് കരിയിലകൾക്കും കാട്ടു പുല്ലുകൾക്കുമിടയിലൂടെ കിനിഞ്ഞിറങ്ങുന്ന ഈ വെള്ളത്തുള്ളികളാണ ല്ലോ മഹാസമുദ്രമായി പരിണമിക്കുന്നത്. ഒരു നീർച്ചാലിന്റെ പേറ്റുനോവ് കാടിനുമാത്രം സ്വന്തമാണ്.

നനഞ്ഞ മണ്ണിലൂടെ നടന്നപ്പോൾ ചുറ്റും ഇരച്ചാർക്കുന്ന അട്ടകളുടെ കിരുകിരുപ്പ്. കാട്ടിലൂടെ അപരിചിത ഗന്ധങ്ങൾ ഒഴുകി നീങ്ങുന്നതറിഞ്ഞ് ഓരോ മൺതരിയും ജീവൻവച്ച് നുരച്ചുപൊന്തിയതാവും. അട്ടകളുടെ സാന്നിദ്ധ്യം ചെറുഭീതിപരത്തി. രാജശേഖരൻ കൈയിൽ കരുതിയിരുന്ന ഉപ്പുപൊടി എല്ലാവർക്കും വിതരണം ചെയ്തു. ബൂട്ടിനുമുകളിലൂടെ ഉപ്പു പൊടി വിതറി. ബൂട്ടുകൾ തുളച്ചു അട്ടകൾ ഉള്ളിലേക്ക് കടന്നിട്ടുണ്ടാകു മോയെന്നു പീർമുഹമ്മദ് ഭയപ്പെട്ടു. അട്ടകൾ ബൂട്ടിൽ പറ്റിപ്പിടിച്ചു മുകളി ലേക്ക് കയറിയാൽ അറിയുകയേയില്ല. ആദിവാസികൾ കൈയിൽ കരു തിയിരുന്ന വാറ്റുചാരായം കാലിൽ പുരട്ടി.

കാട്ടിലെ ചെറുജീവികളുടെ കൂട്ടക്കരച്ചിലിനു താളംപിടിച്ച് അട്ടക്കു ട്ടങ്ങൾ നുഴ്ന്നു പൊങ്ങിയും ഇഴഞ്ഞ് നീങ്ങിയും നൃത്തം തുടങ്ങി. എണ്ണി യാലൊടുങ്ങാത്ത അട്ടക്കൂട്ടങ്ങൾക്കിടയിലൂടെ ഒരുവിധം നീന്തിത്തുടിച്ച് അവർ ഒരു കുറ്റൻപാറയുടെ അരികിലെത്തി. പീർമുഹമ്മദ് പാറക്കല്ലിൽ കയറി നിന്നു അട്ടക്കുമ്പാരത്തിലേക്ക് നോക്കി. കാട്ടിലെ ഓരോതരി മണ്ണും വാലും തലയും വച്ചു നുരച്ചാർക്കുന്നു. കാട്ടിലെ ഓരോ തരിമണ്ണും

സൂക്ഷ്മാണുക്കളുടെ ഒരു കുമ്പാരമാണല്ലോ? സ്ഥൂലപ്രപഞ്ചത്തിനുമപ്പു റത്തെ സൂക്ഷ്മ പ്രപഞ്ചത്തിന്റെ അനന്തവിശാലതയോർത്ത് അയാൾ അത്ഭുതം കുറി. മനുഷ്യബുദ്ധിക്ക് ഉൾക്കൊള്ളാനാവാത്ത സ്ഥലരാശി കളുടെ പ്രളയം. പാറയിടുക്കിൽ ആരോ ഒളിപ്പിച്ചു വച്ച നിധിനിക്ഷേപം പോലെ ആരോഗ്യപ്പച്ച പടർന്നു പന്തലിച്ചുകിടക്കുന്നു, ഒരു ചോലക്കാടു പോലെ. ഡോ. സൂസന്നയും ഡോ. ഫിലിപ്പും സർക്കസുകാരെപോലെ ആരോഗ്യപ്പച്ചക്കരികിലേക്ക് നുഴ്ന്നിറങ്ങിച്ചെന്നു. മീര ഒരു ശ്രമം നടത്തി പിൻവാങ്ങി. ഡോ. സൂസന്നയും ഡോ. ഫിലിപ്പും ആരോഗ്യപ്പച്ചയുടെ ഇലകൾ സൂക്ഷ്മതയോടെ നിരീക്ഷിച്ചു. എന്നിട്ട് കണ്ണുകൾകൊണ്ട് ചിരി ച്ചു. അവർ എന്തൊക്കെയോ സംസാരിച്ചു. ആദിവാസികൾ ആരോഗ്യ പ്പച്ച നക്കിത്തുടക്കാൻ തുടങ്ങി. ആദിവാസി മൂപ്പൻ കഥ പറഞ്ഞു.

പണ്ട് പണ്ട് ത്രേതായുഗത്തിൽ ഹനുമാൻ മരുത്വാമലയുമായി ഇതു വഴിയാണത്രെ ലങ്കയിലേക്ക് പറന്നത്. മരുത്വാമലയുടെ ഒരു ചെറുഭാഗം ഇവിടെവിടെയോ അടർന്നുവീണു. ഈ കാട്ടിൽ മൃതസഞ്ജീവനിയും വളർന്നുകിടപ്പുണ്ട്. പക്ഷെ, അതാർക്കും ഇനിയും കണ്ടെത്താനായിട്ടി ല്ല. കാട്ടുമൂപ്പന്റെ കഥകേട്ട് മീരക്ക് ചിരി വന്നു. ഡോ. സൂസന്ന മീരയോട് ആദിവാസി മൂപ്പൻ എന്താണു പറഞ്ഞതെന്ന് ചോദിച്ചു. മീര കഥ പറ ഞ്ഞുകേൾപ്പിച്ചു. കഥകേട്ട സൂസന്ന ആശ്ചര്യത്തോടെയതു ഫിലിപ്പിനോട് പറഞ്ഞു.

മരിച്ച മനുഷ്യരെ ജീവിപ്പിക്കാനുള്ള ഔഷധം ഈ കാട്ടിലുണ്ടെന്ന റിഞ്ഞപ്പോൾ അവർക്ക് അതിശയം അടക്കാനായില്ല. കാട്ടുമൂപ്പന് അതേ ക്കുറിച്ച് അറിയാമോ എന്നായി ഡോ. ഫിലിപ്പ്. തനിക്കറിയില്ലെന്ന് ആദി വാസി മൂപ്പൻ തലകുലുക്കി. കാട്ടിനുള്ളിൽ കഴിയുന്ന ആദിവാസി വൈദ്യ നറിയുമോയെന്നായി ഡോ. ഫിലിപ്പ്. ഒരുപക്ഷേ വൈദ്യനറിയാമെന്ന് മൂപ്പൻ പറഞ്ഞു. ഡോ. സൂസന്നയും ഡോ. ഫിലിപ്പും ഗൗരവമായ ചർച്ച യിലായി. പീർമുഹമ്മദ് കാട്ടിലേക്ക് നോക്കി. വിവിധനിറങ്ങൾ വാരിപ്പൂശി കാടു സുന്ദരിയായിരിക്കുന്നു. കാട്ടിൽ എന്തൊക്കെയോ മരങ്ങൾ പൂക്കു കയും തളിർക്കുകയും ചെയ്തിരിക്കുന്നു. കാറ്റിനു തേനിന്റെ ഗന്ധമു ണ്ട്. മീര പീർമുഹമ്മദിന്റെ അരികിലേക്ക് വന്നു പറഞ്ഞു.

"ഈ കൊടുംകാട്ടിനുള്ളിൽ വന്ന് ആരോഗ്യപ്പച്ച കണ്ടെത്തിയ മുണ്ടൻ കാണി മൂപ്പനെ സമ്മതിച്ചിരിക്കുന്നു."

"നമുക്ക് നാട്ടുവഴിപോലെയാണ്. ആദിവാസികൾക്ക് കാട്ടുവഴിത്താ രകൾ." പീർമുഹമ്മദ് പറഞ്ഞു. അതു ശരിവയ്ക്കുംപോലെ മീര തലകു ലുക്കി. ആദിവാസിക്കൂട്ടം ആരോഗ്യപ്പച്ച മുഴുവനും വേഗത്തിൽ പറിച്ചെ ടുക്കുകയാണ്. പാറപ്പുറത്ത് ആരോഗ്യപ്പച്ചച്ചെടികൾ കുന്നുകൂടി. ഇനി കുറച്ചുമാത്രമേ അവശേഷിച്ചിട്ടുള്ളൂ. അതു പറിച്ചെടുക്കാനുള്ള തീവ്ര ശ്രമത്തിലാണ് ആദിവാസികൾ. അതു ശ്രദ്ധിച്ചുകൊണ്ട് പീർമുഹമ്മദ് പറഞ്ഞു.

"മുഴുവനും പറിക്കണ്ട. കുറച്ചവിടെ നിൽക്കട്ടെ."

ഡോ. ഫിലിപ്പ് പീർമുഹമ്മദ് പറഞ്ഞതു ശ്രദ്ധിച്ചു. പീർമുഹമ്മദ് എന്താണ് പറഞ്ഞതെന്ന് അയാൾക്ക് മനസ്സിലായി. ഡോ. ഫിലിപ്പ് കനത്ത ശബ്ദത്തിൽ പറഞ്ഞു: "മുഴുവൻ വേണം" എന്നിട്ട് രൂക്ഷമായി പീർമുഹ മ്മദിനെ നോക്കി: "കുറച്ചവിടെ നിന്നാലല്ലേ ഇനി കിളിർത്തുപൊന്തു" പീർമുഹമ്മദ് ആരോടെന്നില്ലാതെ പറഞ്ഞു. ഡോ. സൂസന്നയാണതിനു മറുപടി പറഞ്ഞത്. "നിങ്ങൾ അതേക്കുറിച്ചാലോചിച്ച് വിഷമിക്കണ്ട. കാട്ടി നുള്ളിൽ ഇനിയും ആരോഗ്യപ്പച്ചയില്ലെന്ന് ആരുകണ്ടു."

ഡോ. ഫിലിപ്പും അതംഗീകരിക്കുംപോലെ ഒരു ശബ്ദം പുറപ്പെടുവി ച്ചു. അയാൾ തന്റെ മുഖത്ത് ആട്ടുന്നതുപോലെയാണ് പീർമുഹമ്മദിന് തോന്നിയത്. അയാൾ നിശ്ശബ്ദനായി മുഖംകുനിച്ചു. നാണക്കേടും വിഷ മവും കൂടി കലർന്നൊരു മുഖഭാവമായിരുന്നു പീർമുഹമ്മദിന്റേത്. അതു ശ്രദ്ധിച്ചിട്ടാവണം മീര അയാൾക്കരികിലേക്ക് വന്നു.

"പീർ ആവശ്യമില്ലാത്ത കാര്യങ്ങൾക്കെന്തിനാണ് ശാഠ്യം പിടിക്കു ന്നത്. കുറച്ചു ചെടികൾ ഇവിടെ അവശേഷിപ്പിച്ചുവെന്നു കരുതി നമു ക്കെന്തു പ്രയോജനം."

"ഈ ചെടികൾ ഇവിടെ വളർന്നുനിന്നതുകൊണ്ടല്ലേ നമുക്കിപ്പോ ഴതു പറിക്കാനായത്. ഇനിയുമതു വേണ്ടിവരില്ലെന്നുണ്ടോ?"

രോഷത്തോടെയാണ് പീർമുഹമ്മദ് പറഞ്ഞത്. മീരയിൽ അതു വല്ലാതെ ചെന്നുതറച്ചു. മീരയുടെ മുഖം മ്ലാനമായി. അതു പീർമുഹമ്മ ദിനെ വീണ്ടും വേദനിപ്പിച്ചു.

"കാടിന്റെ നിയമങ്ങളൊന്നും നമുക്ക് പൂർണ്ണമായി അറിയില്ലല്ലോ. ഒരു തുള്ളി ബീജത്തിൽ നിന്ന് നമുക്ക് കണ്ണും മൂക്കും വായുമെല്ലാം കിളിർന്നുപൊന്തിയതു പോലെ. ഈ കാട്ടിനുള്ളിൽ വിവിധജാതി സസ്യ ജീവജാലങ്ങൾ തനിയെ കിളിർത്തുവന്നതാവും. അതിലൊന്നു വംശമ റ്റാൽ പിന്നെ ഈ കാടുണ്ടാവില്ല. മനുഷ്യശരീരം പോലെ തന്നെയാണ് കാടും. ഒരുപക്ഷേ, നമ്മൾ പറിച്ചെടുക്കുന്നത് കാടിന്റെ കരളാവും."

പീർമുഹമ്മദ് ആരോടെന്നില്ലാതെ പതിയെ പറഞ്ഞു. എന്നിട്ടയാൾ മീരയെ ആകാംക്ഷയോടെ നോക്കി. താൻ പ്രതീക്ഷിച്ച ഭാവമായിരുന്നില്ല ആ മുഖത്തിന്. മീര പീർമുഹമ്മദിന്റെ വാക്കുകൾ കേട്ട് ചാട്ടുളി മുള കൊമ്പിൽ വീണതുപോലെ ഒന്നു ചിരിച്ചു. പിന്നെ പറഞ്ഞു:

"പീർ എക്കോളജി പഠിച്ചതിന്റെ കുഴപ്പമാണോ? അതോ കഥയെഴു ത്തിന്റെ സുഖക്കേടുള്ളതു കൊണ്ടാണോ? എന്തായാലും നല്ല ഭാവന യുണ്ട്."

മീര തന്നെ പരിഹസിച്ചതാണെന്നു പീർമുഹമ്മദിനു മനസ്സിലായി. അതു തിരിച്ചറിയാത്ത ഭാവത്തിലയാൾ നിന്നു. മീരയുടെ ചിരിയൊന്നു വിടർന്നു കൂമ്പി. വീണ്ടും ചാട്ടുളി മുളങ്കമ്പ് ചീന്തുന്നു. അയാൾ ആശ്വാസത്തോടെ മീരയുടെ മുഖത്തേക്കു നോക്കി. മീരയുടെ മുഖം നിർവികാരമായിരുന്നു. പെട്ടെന്ന് മീരയിലും ഒരമ്പരപ്പ് പടർന്നു കയറി.

ഡോ. സൂസന്ന മുഖംചുളിച്ച് കുനിഞ്ഞുനിവർന്നും ശരീരം വളച്ചും

പുളച്ചും എന്തൊക്കെയോ വികൃതശബ്ദം പുറപ്പെടുവിക്കുന്നു. ഡോ. സൂസ ന്നയുടെ മാറിൽ നിന്ന് രക്തം കിനിഞ്ഞിറങ്ങുന്നു. ഭയപ്പാടോടെ മീരചോ ദിച്ചു: "എന്തുപറ്റി മാഡം."

രാജശേഖരനാണതിനു മറുപടി പറഞ്ഞത്. "മാഡത്തെ അട്ടകടിച്ച താണ്. ഭയക്കണ്ട." സൂസന്നയുടെ മാറിൽ ഒരട്ട തൂങ്ങിക്കിടക്കുന്നു. ഡോ. ഫിലിപ്പ് സൂസന്നയെ പിടിച്ച് നേരെ നിർത്തി ആശ്വസിപ്പിക്കുന്നു. സൂസ ന്നയുടെ വറ്റിയ മുലകൾക്കിടയിലൂടെ വെള്ളിയരിഞ്ഞാണം പോലെ അട്ട തൂങ്ങിയാടുന്നു. ആദിവാസികൾ ചാരായം ഡോ. സൂസന്നയുടെ മാറി ലേക്ക് വീഴ്ത്തി. ഡോ. ഫിലിപ്പ് ഉപ്പുപൊടി വിതറി. കുറച്ചുനിമിഷങ്ങൾക്കു ള്ളിൽ അട്ട വേറ്റ് നിലംപതിച്ചു. ഡോ. സൂസന്ന ആശ്വാസപൂർവം നിശ്വ സിച്ചു. അട്ട പാറപ്പുറത്ത് നീണ്ടുനിവർന്നുകിടന്നു. പീർമുഹമ്മദിനു ആ അട്ടയെ കെട്ടിപ്പിടിച്ചൊന്നു ചുംബിക്കാനാണ് തോന്നിയത്.

"അട്ടകടിക്കുന്നതു നല്ലതാ. രക്തം ശുദ്ധമാകും."

രാജശേഖരൻ ഉറക്കെ പറഞ്ഞു.

"ഈ മദാമ്മയുടെ രക്തം ഇതുകൊണ്ടൊന്നും ശുദ്ധമാകുമെന്നു തോന്നുന്നില്ല" പീർമുഹമ്മദ് മനസിൽ പറഞ്ഞു. ഈ കാട്ടിലെ സർവ്വ ജീവികളെയും പിടിച്ച് പരിശോധിക്കുന്ന ഡോ.സൂസന്നക്ക് ഒരു അട്ടയെ ഇത്രയധികം ഭയമായിരുന്നുവെന്ന് ഓർക്കാൻ കഴിയുന്നില്ല. ഒരട്ട കടിച്ച പ്പോഴേക്കും എന്തു വെപ്രാളമാണവർ കാട്ടിക്കൂട്ടിയത്. പീർമുഹമ്മദ് ആലോചിച്ചു. ഡോ. സൂസന്ന സാധാരണപോലെ പെരുമാറി തുടങ്ങിയി രുന്നെങ്കിലും അവരുടെ മുഖത്ത് ഒരു ചമ്മൽ ഒട്ടിച്ചേർന്നിരുന്നു.

ഡോ. സൂസന്ന അടുത്തുവന്നപ്പോഴൊക്കെ പ്രത്യേകഗന്ധം അനു ഭവപ്പെട്ടു. ചാരായവും വിയർപ്പും രക്തവും കൂടിക്കലർന്നൊരു ഗന്ധം. കാടിന്റെ ഗന്ധത്തിനു മീതെ പീർമുഹമ്മദിലേക്കത് പടർന്നുകയറി. കഴി വതും ഡോ. സൂസന്നയോട് ചേർന്നു നടക്കാൻ അയാൾ മോഹിച്ചു. ആരോഗ്യപ്പച്ചകളുമായി ആദിവാസികൾ മുമ്പേ നടന്നു. മറ്റുള്ളവർ അവർക്കു പിന്നാലെ കാടിറങ്ങി. കാടുമുഴുവൻ അട്ടകൾ കുത്തിമറിയു കയാണ്. കാട്ടിനുള്ളിൽ എന്തൊക്കെയോ ജീവികളുടെ മുരൾച്ച കേൾക്കാം. കാട്ടിലെ ചെറുജീവികളുടെ കരച്ചിൽ മറ്റെല്ലാ ശബ്ദങ്ങൾക്കും മീതെ ഉയർന്നു കേൾക്കുന്നുണ്ട്. എല്ലാവരും ഓരോ ചുവടും സൂക്ഷി ച്ചാണ് വയ്ക്കുന്നത്. കാലിൽ പറ്റിപ്പിടിക്കുന്ന അട്ടകളെ കമ്പുകൊണ്ട് ചുരണ്ടിയിളക്കിയും ഉപ്പുതൂത്തും പീർമുഹമ്മദ് നടന്നു. മീര ചാടിച്ചാടി നടക്കുകയാണ്. സ്വന്തം ശരീരവും കാൽച്ചുവട്ടിലെ മണ്ണും മാത്രമേ മീര യുടെ ശ്രദ്ധയിലുള്ളൂവെന്ന് പീർമുഹമ്മദിനു തോന്നി.

കാടിന്റെ കനത്ത ആവരണം തുളച്ച് പുല്ലുകൾ പരന്നൊഴുകുന്ന ഒരു പ്രദേശത്തവരെത്തി. പച്ചയും മഞ്ഞയും തവിട്ടുനിറങ്ങളും കലർന്നൊരു വിസ്തൃത പുൽമേട്. പുൽമേടിനെ മനുഷ്യഗന്ധം പൊതി യാൻ തുടങ്ങി. രൂക്ഷമായ മനുഷ്യഗന്ധം സഹിക്കാനാവാതെ പുല്ലുകൾ ചുമച്ചുതുപ്പി. പുല്ലുകൾക്ക് അമ്പരപ്പായിരുന്നു. കാട്ടിനുള്ളിൽ ഇത്ര

നാറുന്ന ഒരുഗന്ധം അവർ ഇതിനുമുമ്പ് അനുഭവിച്ചിട്ടേയുണ്ടായിരുന്നി ല്ല. പുതുഗന്ധം ഒഴുകി നീങ്ങുന്നവർ മൂക്കുപൊത്തി നോക്കിയിരുന്നു. പെട്ടെന്ന് പീർമുഹമ്മദിന്റെ കാലുകൾക്കിടയിലൊരു തിരയിളക്കം. വല്ല പാമ്പുമാകുമെന്നു കരുതി പീർമുഹമ്മദ് മുന്നോട്ടുചാടി. എന്നിട്ട് ഭയപ്പാ ടോടെ തിരിഞ്ഞുനോക്കുമ്പോൾ ഒരു പുൽകുന ജീവൻവച്ചു ഉറക്കു ണർന്ന് എണീറ്റുവരുന്നു. നിലത്ത് നിന്ന് രണ്ടടിയിലേറെയതു ഉണർന്നു പൊങ്ങി. അത്ഭുതം വിടർന്ന മിഴികളോടെ പീർമുഹമ്മദ് ഏതോ വിചിത്ര രൂപത്തെ എന്ന പോലെ വളർന്നുപടർന്ന പുല്ലുകൾ നോക്കി ഒരുനിമിഷം നിന്നു. കൂടുതൽ സമയം പുല്ലിന്റെ സൗന്ദര്യം ആസ്വദിച്ചു നിൽക്കാനാ യില്ല. ഗന്ധങ്ങൾ കൂടിക്കലർന്ന് താഴേക്ക് ഒഴുകുകയാണ്. അയാളും ഗന്ധ ങ്ങളിൽ ലയിച്ച് താഴ്വാരത്തേക്ക് ഒലിച്ചിറങ്ങി.

പുഴവക്കത്തെത്തിയപ്പോഴേക്കും പ്രാചീനമായ ഒരു ജൈവവ്യൂഹ ത്തിന്റെ മാസ്മരിക പ്രവാഹം അവരെ തഴുകി അകന്നുതുടങ്ങിയിരുന്നു. ചുറ്റും മങ്ങിയപ്രകാശം പടർന്നുതുടങ്ങി. എല്ലാവരും നടത്തത്തിൽ മാത്രം ശ്രദ്ധിക്കുകയാണ്. പ്രോജക്ട് ഓഫീസിന്റെ പടിക്കലെത്തിയപ്പോൾ നാളെക്കാണാമെന്നു പറഞ്ഞ് മീര മുറിയിലേക്ക് പോയി. പീർമുഹമ്മദ് തന്റെ മുറി ലക്ഷ്യമാക്കിനടന്നു. വിറകുപെറുക്കുന്നിടത്ത് ആദിവാസി പെണ്ണുങ്ങളുടെ കുണുങ്ങിച്ചിരി കേൾക്കാം. വെപ്പുകാരൻ മത്തായി അവരെ ചുറ്റിപ്പറ്റി നില്ക്കുന്നുണ്ട്. പീർമുഹമ്മദ് ഊടുവഴിയിലൂടെ നട ന്നു. തുടയിലൊരു നനവ്. അയാൾ വിരൽകൊണ്ട് തടവി നോക്കി. കറ പോലെ കയ്യിൽ ഒട്ടി. രക്തത്തിന്റെ ഗന്ധം. ഭയം തകിലുകൊട്ടാൻ തുട ങ്ങി. മുറിയിലേക്ക് വേഗം നടന്നുകേറി. പാന്റൂരിനോക്കി. തുടയിൽ ഒരട്ട കടിച്ചുത്തുങ്ങിക്കിടക്കുന്നു. അയാൾക്കതിനോട് അറപ്പോ വെറുപ്പോ തോന്നിയില്ല. ചിരിയാണ് വന്നത്. ഇക്കണ്ടദൂരമെല്ലാം ഇതൊറ്റക്കെങ്ങനെ തിരിച്ചുപോകും! അയാൾ കസേരയിൽ ഇരുന്നു. കുറച്ചുനേരമങ്ങനെയി രുന്നപ്പോൾ അട്ട പല്ലുവിടർത്തി പതിയനെ താഴേക്കു വീണു.

കൊടുംവനവും പുൽമേടും കടന്ന് തന്റെ വീട്ടിലേക്ക് വിരുന്നുവന്ന അട്ടയെ അയാൾ സ്നേഹാദരപൂർവം ഒരു മരക്കഷണത്തിലേക്ക് സ്വീക രിച്ചിരുത്തി. രക്തം കുടിച്ച് അട്ട ചീർത്തിട്ടുണ്ട്. ഇഴഞ്ഞുനീങ്ങാനാവാ തെ അത് ഞെരിപിരികൊള്ളുന്നു. അയാൾ അട്ടയെയെടുത്തു മുറ്റത്തു വച്ചു. അന്തിച്ചുവപ്പിൽ അട്ട പൊന്നരിഞ്ഞാണം പോലെ തിളങ്ങുന്നു. കുറ്റി ക്കാട്ടിൽ നിന്നൊരു കിളി പാറിപറന്നുവന്ന് അട്ടയേയും റാഞ്ചി പറന്നക ന്നു.

തന്റെ ഒരുതുള്ളി രക്തം ഇനി കിളിത്തീട്ടമായി ഈ കാട്ടിൽ ചിതറി വീഴുമല്ലോ എന്നോർത്തപ്പോൾ അയാൾക്കു ചിരിപൊട്ടി. ഈ തീട്ടത്തിൽ നിന്ന് മുളച്ചു പൊന്തുന്ന പുൽനാമ്പുകൾ തന്റെ രക്തബിന്ദുക്കൾ കൂടി യാണല്ലോ? പ്രകൃതിയിലെ അനന്തകോടി ജീവജാലങ്ങളുടെ ജീവിതം ഒരു വിസ്മയപ്രവാഹംപോലെ അയാളുടെ ബോധമണ്ഡലത്തിലേക്ക് ഒഴു കിയെത്താൻ തുടങ്ങി. പച്ചിലകൾ പ്രകാശബിന്ദുക്കളുമായി ഇണചേരു

ന്നു. മരങ്ങളുടെ നീലഞരമ്പുകളിലൂടെ സൂര്യന്റെ നൂറുനൂറായിരം കുഞ്ഞു ങ്ങൾ പാഞ്ഞു നടക്കുന്നു. പൂവായും കായായും കുഞ്ഞുങ്ങൾ വളർന്നു മുറ്റുന്നു. തെളിഞ്ഞും കെട്ടും അണഞ്ഞും തെളിഞ്ഞും ജീവന്റെ ബിന്ദു ക്കൾ പ്രപഞ്ചമായ പ്രപഞ്ചത്തിലെല്ലാം കളി തുടരുകയാണ്.

ഒൻപത്

വെയിൽ പൊന്തിയിട്ടും കാട്ടിൽ നിന്നു മഞ്ഞുപുക അഴിയുന്നില്ല. സുഖകരമായൊരു തണുപ്പ് ചുറ്റും പടർന്നിട്ടുണ്ട്. പീർമുഹമ്മദ് തണു പ്പാസ്വദിച്ച് കാട്ടിടവഴിയിലൂടെ പുഴയോരത്തേക്ക് നടന്നു. എത്ര തണു പ്പാണെങ്കിലും കുളിക്കാതിരിക്കാനാവില്ല. അയാൾ മനസ്സിലോർത്തു. പുഴ ക്കുമുകളിൽ ആവി പരക്കുംപോലെ മഞ്ഞ് പുതയിട്ടിട്ടുണ്ട്. അയാൾ പുഴ യിലേക്ക് മുങ്ങി. പുഴക്കുള്ളിൽ പ്രകൃതി സുഖദമായൊരു ചൂട് ഒളിപ്പിച്ചു വച്ചിരിക്കുന്നു. പുഴയിൽ തുടിച്ചുകുളിച്ചു. ഈ മുങ്ങിക്കുളിയിൽ നിന്നു ലഭിക്കുന്ന ശാന്തി മറ്റെവിടെനിന്നും ലഭിക്കില്ല. ഈ പുഴവെള്ളത്തിനു ഔഷധഗുണമുണ്ടെന്നുറപ്പ്. ഔഷധസസ്യങ്ങൾ നിറഞ്ഞ കാട്ടിലൂടെ ഒഴു കിയെത്തുന്ന ഈ പുഴയ്ക്കും ഔഷധ ഗുണമില്ലാതിരിക്കുമോ? സർക്കാർ ഈ കാട്ടുപ്രദേശത്തെ ഹെർബൽ ബയോവാലിയായി പ്രഖ്യാപിക്കാനി ടയുണ്ടെന്നു കേൾക്കുന്നുണ്ട്. അയാൾ മനസിലോർത്തു. കുറച്ചുനേരം പുഴയിൽ നീന്തിത്തുടിച്ച് കാട്ടുകല്ലിൽ കയറി നിന്നുതോർത്തി. വസ്ത്രം മാറുമ്പോൾ ആരോ ഒരാൾ പുഴക്കരയിലൂടെ നടന്നുവരുന്നതുകണ്ടു. അറു പതുവയസ്സ് പ്രായമുണ്ടാകും. തലയിൽ നര പടർന്നുകയറിയിട്ടുണ്ട്. മുറി ക്കയ്യൻ ഷർട്ടും ഒറ്റമുണ്ടുമാണ് വേഷം. തോളിൽ തുകൽബാഗ് തൂക്കി യിട്ടുണ്ട്. നഗ്നപാദനായിട്ടാണ് സഞ്ചാരം. പ്രോജക്ട് ഓഫീസിലേക്കാണെ ങ്കിൽ ശാസ്ത്രജ്ഞനോ മറ്റോ ആവും. പീർമുഹമ്മദിനെ കണ്ടപ്പോൾ അയാൾ അരികിലേക്കു വന്നു. ചോദിച്ചു. "ഭാരത് പ്രാണിരക്ഷാ കേന്ദ്ര'ത്തിലേക്കുള്ള വഴി ഇതുതന്നെയല്ലേ?'

"അതെ." പീർമുഹമ്മദ് വിനയപൂർവം പറഞ്ഞു.

താങ്കൾ അവിടെ ജോലി ചെയ്യുന്ന ആളാണോ?

അയാൾ തിരക്കി.

"ങും" പീർമുഹമ്മദ് മൂളി.

പേര്?

"പീർമുഹമ്മദ്. റിസർച്ച് അസിസ്റ്റന്റാണ്."

"ഓഹോ" അയാൾ എന്തോ ആലോചിച്ചുകൊണ്ടു പറഞ്ഞു.

എന്റെ പേര് ചന്ദ്രശേഖരൻ തമ്പി. ഔഷധ സസ്യങ്ങളെക്കുറിച്ചും മറ്റും സാമാന്യ വിവരമുണ്ട്. ചില പ്രോജക്ടുകളിൽ ജോലി ചെയ്തിട്ടു ണ്ട്. നമ്മുടെ ഔഷധസസ്യങ്ങൾ, വീട്ടുവളപ്പിലെ പക്ഷികൾ എന്നീ ഗ്രന്ഥ ങ്ങളും രചിച്ചിട്ടുണ്ട്. പീർമുഹമ്മദ് അയാൾ പറയുന്നതു കേട്ടുനിന്നത ല്ലാതെ യാതൊന്നും പറഞ്ഞില്ല. അതു ശ്രദ്ധിച്ചിട്ടാവണം അയാൾ പറ

ഞ്ഞു. "നിങ്ങൾ എന്നെയൊന്നു സഹായിക്കണം. ഇവിടെ എന്തെങ്കിലും ഒരു ജോലി തരപ്പെടുത്തി തന്നാൽ നന്നായിരുന്നു."

പീർമുഹമ്മദ് പറഞ്ഞു: "ഞാൻ വെറുമൊരു റിസർച്ച് അസിസ്റ്റന്റാണ്. ഞാൻ വിചാരിച്ചാൽ ജോലി വാങ്ങിത്തരാനൊന്നും കഴിയില്ല. എങ്കിലും പ്രോജക്ടിന്റെ ഡയറക്ടറെ പരിചയപ്പെടുത്തിത്തരാം."

"വളരെ ഉപകാരം."

ചെറുപ്പകാലത്ത് ഓരോരോ ഭ്രമംപിടിച്ച് നടന്നു. കാൽക്കാശ് സമ്പാ ദിക്കാൻ കഴിഞ്ഞില്ല. നാലുപെൺമക്കളാണ്. മൂത്തവൾ വിനീത ഡിഗ്രിക്ക് പഠിക്കുന്നു. ലേറ്റ് മാര്യേജായിരുന്നു. സങ്കോചത്തോടെ ആരോടെന്നി ല്ലാതെ അയാൾ തന്റെ കഥ പറയാൻ തുടങ്ങി. കഥകേൾക്കാൻ വലിയ താൽപര്യമില്ലെന്ന മട്ടിൽ പീർമുഹമ്മദ് ചോദിച്ചു: "ഇംഗ്ലീഷൊക്കെ വശ മുണ്ടോ?"

"തരക്കേടില്ല" അയാൾ പറഞ്ഞു. "എങ്കിൽ ചിലപ്പോൾ ജോലി കിട്ടി യേക്കും." പീർമുഹമ്മദ് പറഞ്ഞു,.

ചന്ദ്രശേഖരൻ തമ്പിയെയും കൂട്ടി അയാൾ കുന്നുകയറി. പ്രോജക്ട് ഓഫീസിലെത്തുമ്പോൾ മുറ്റം നിറയെ ധാരാളം പെട്ടികൾ അടുക്കിവച്ചി രിക്കുന്നതു പീർമുഹമ്മദിന്റെ ശ്രദ്ധയിൽപ്പെട്ടു. പെട്ടിക്കുള്ളിൽ എന്തൊ ക്കെയോ അനങ്ങുന്നു. അയാൾ പ്രോജക്ട് ഓഫീസിന്റെ പടിക്കലേക്ക് നോക്കുമ്പോൾ ഒന്നുരണ്ടുപേർ കുറേ നക്ഷത്ര ആമകളെ ഡോ. സുസ ന്നക്ക് കാട്ടിക്കൊടുക്കുകയാണ്. കാഴ്ചയിൽ തമിഴനാണെന്നുറപ്പിച്ചു. നല്ല വിദ്യാഭ്യാസമുള്ളവരാണെന്ന് അവരുടെ സംസാരത്തിൽ നിന്നു പീർമു ഹമ്മദിനു മനസിലായി. നൂറുകണക്കിന് നക്ഷത്ര ആമകൾ ഓരോ കൂട യിലും കിടന്നു നുരച്ചുകളിക്കുന്നു. കുറെയെണ്ണം പ്രോജക്ട് ഓഫീസിന്റെ വരാന്തയിലും ഇഴഞ്ഞുനടക്കുന്നുണ്ട്. പീർമുഹമ്മദ് നക്ഷത്ര ആമകളെ കൗതുകപൂർവ്വം നോക്കി. മഞ്ഞയും കറുപ്പുനിറങ്ങൾ കൊണ്ട് അലങ്കരി ച്ചിരിക്കുന്ന നക്ഷത്ര ആമകളെ കാണാൻ നല്ലഭംഗിയാണ്. ഇത്രമാത്രം നക്ഷത്ര ആമകളെ ഇവർക്കെങ്ങനെകിട്ടി. ഡോ. ഫിലിപ്പിനൊപ്പം കത്രിച്ച താടിയുള്ള ഒരാൾ വേഗത്തിൽ നടന്നുവരുന്നു. ഇയാളെ മുമ്പും ഇവിടെ യൊരിക്കൽ കണ്ടിരുന്നുവല്ലോയെന്നു മനസിലോർത്തു. ഡോ. അലിഹ സൻ. അറിയപ്പെടുന്ന പ്രാണിശാസ്ത്രജ്ഞനാണ്. തമിഴ്നാട്ടിലെ മധുര സ്വദേശിയായ ഇദ്ദേഹം വിദേശ രാജ്യങ്ങളിലെ വിവിധ സർവ്വകലാശാല യിലെ വിസിറ്റിങ് പ്രൊഫസറാണ്. ഡോ. അലിഹസൻ കൊണ്ടുവന്ന താകണം നക്ഷത്ര ആമകളെ.' പീർമുഹമ്മദ് മനസിലോർത്തു. സ്വർണ്ണ ത്തിളക്കമുള്ള നക്ഷത്ര ആമകളിൽ നിന്നും കണ്ണെടുക്കാൻ തോന്നുന്നി ല്ല. ആരെയും ആകർഷിക്കുന്ന സുന്ദരജീവികളാണല്ലോ നക്ഷത്ര ആമ കളെന്നു പീർമുഹമ്മദ് ഓർത്തു. വരാന്തയിൽ ഇഴഞ്ഞു നടക്കുന്ന അവ യുടെ ഒന്നിന്റെ പിന്നാലെ പീർമുഹമ്മദ് പമ്മിപ്പമ്മി നടന്നു. നക്ഷത്ര ആമ പതിയനെ ഇഴഞ്ഞുനീങ്ങുകയാണ്. പീർമുഹമ്മദ് അരികിലേക്ക് വരും തോറും ആമ നടത്തത്തിനു വേഗത കൂട്ടുന്നുണ്ട്. കാലുകൾ പെറുക്കി

പെറുക്കി വച്ചുള്ള നക്ഷത്ര ആമകളുടെ നടത്തം കൗതുകപൂർവം പീർമു
ഹമ്മദ് നോക്കിനിന്നു. സുവർണമേനിയിൽ നിന്ന് തല പുറത്തേക്ക് നീട്ടി
നക്ഷത്ര ആമ പീർമുഹമ്മദിനെ നോക്കി. അയാൾക്ക് വല്ലാത്തൊരാമ
നത്തം അവയോട് തോന്നി. അയാൾ മുന്നോട്ടാഞ്ഞ് ഒരു നക്ഷത്ര ആമയെ
പിടിച്ച് തന്റെ കൈപ്പത്തിയിൽവച്ചു. നക്ഷത്ര ആമ കൈയിലിരുന്ന് പീർമു
ഹമ്മദിന്റെ മുഖത്തേക്ക് തല ഉയർത്തി നോക്കി. നിഷ്കളങ്കമായ അതി
ന്റെ കണ്ണുകളിലേക്ക് എത്രനേരം നോക്കിയിരുന്നാലും മതിവരില്ല.
നക്ഷത്ര ആമയെ മാറോടുചേർത്ത് ഒന്നു ചുംബിക്കണമെന്നു അയാൾക്കു
തോന്നി. പെട്ടെന്ന് പീർമുഹമ്മദ് ചന്ദ്രശേഖരൻ തമ്പിയുടെ കാര്യം
ഓർത്തു. നക്ഷത്ര ആമകളെ കണ്ടപ്പോൾ പരിസരം മറന്നുപോയല്ലോ
എന്നയാൾ സ്വയം കുറ്റപ്പെടുത്തി. ചന്ദ്രശേഖരൻ തമ്പിയെ മുറ്റത്തു
കണ്ടില്ല. ഇതുവരെ തന്നോടൊപ്പം അയാളുണ്ടായിരുന്നുവല്ലോ എന്നു
അയാൾ ഓർത്തു. പീർമുഹമ്മദ് പ്രോജക്ട് ഓഫീസിന്റെ പരിസര
ത്താകെ അയാളെ നോക്കി. കാണാനായില്ല. അതിശയമായിരിക്കുന്നു
വല്ലോ പീർമുഹമ്മദ് മനസിൽ പറഞ്ഞു. അയാൾ മരുന്നുപുരയ്ക്കരികിൽ
നില്ക്കുമ്പോൾ ഒരു കാൽപ്പെരുമാറ്റം.... തിരിഞ്ഞുനോക്കുമ്പോൾ ചന്ദ്ര
ശേഖരൻ തമ്പി. "നല്ല ആളാണല്ലോ. ഡയറക്ടറെ പരിചയപ്പെടുത്താ
നായി നോക്കുമ്പോൾ കണ്ടില്ലല്ലോ?" പീർമുഹമ്മദ് പറഞ്ഞു.

"രാവിലെ മലശോചന ശരിയായിരുന്നില്ല."

ഒരു ചമ്മലോടെ ചന്ദ്രശേഖരൻ തമ്പി പറഞ്ഞു

പീർമുഹമ്മദ് ചന്ദ്രശേഖർ തമ്പിയെയും കൂട്ടി ഡോ. സുസന്നയുടെ
അരികിലെത്തി. ഡോ. അലിഹസനെ അവിടെ കണ്ടില്ല. ചന്ദ്രശഖരൻ
തമ്പിയെ ഡോ. സുസന്നയ്ക്ക് പരിചയപ്പെടുത്തി. ഡോ. സുസന്ന ചോദി
ച്ചചോദ്യത്തിനൊക്കെ നല്ല ഇംഗ്ലീഷിൽ അയാൾ മറുപടി പറഞ്ഞു. തന്റെ
സഹായമില്ലാതെ തന്നെ ജോലി വാങ്ങാൻ കെൽപ്പുള്ളയാളാണ് അയാ
ളെന്ന് പീർമുഹമ്മദിനു മനസ്സിലായി. അയാൾ മരുന്നുപുരയിലേക്ക് തന്നെ
നടന്നു. കുറച്ചുനേരം കഴിഞ്ഞപ്പോൾ ചന്ദ്രശേഖരൻ തമ്പിയും അവിടെ
യെത്തി. ജോലി കിട്ടിയോ? പീർമുഹമ്മദ് ചോദിച്ചു. അയാൾ നിരാശ
പൂർവ്വം പറഞ്ഞു: "ഇല്ല. പുതിയ ആളുകളെയൊന്നും എടുക്കുന്നില്ല. കുറ
ച്ചുദിവസങ്ങൾക്കുള്ളിൽ ഈ പ്രോജക്ട് നിർത്തൽ ചെയ്യുമത്രെ. ഞാൻ
വളരെ താമസിച്ചുപോയി. എന്റെ കാര്യം എപ്പോഴുമങ്ങനെയാണ്. ജാത
കദോഷം അല്ലാതെന്തു പറയാനാ." അയാൾ ദുഃഖത്തോടെ താടിയിൽ
കയ്യൂന്നി. പീർമുഹമ്മദ് നിസ്സഹായതയോടെ അയാളെ നോക്കി. ചന്ദ്ര
ശേഖരൻ തമ്പി പറഞ്ഞു: "സാറ് ഒന്നുകൂടിയൊന്ന് ശ്രമിക്കണം. എന്തെ
ങ്കിലും ജോലിമതി" പീർമുഹമ്മദ് അതിന് മറുപടിപറഞ്ഞില്ല. തലകുലു
ക്കുകമാത്രംചെയ്തു. ചന്ദ്രശേഖരൻ തമ്പി പുല്ലുകൾക്കിടയിലൂടെ നട
ന്നുമറയുന്നത് പീർമുഹമ്മദ് വേദനയോടെ നോക്കി നിന്നു. മീര തോളി
ലൊരു ബാഗുന്തുക്കി വരുന്നു. മീര എവിടേക്കോയുള്ള പുറപ്പാടിലാ
ണല്ലോ പീർമുഹമ്മദ് മീരയ്ക്കരികിലേക്ക് നടന്നുചെന്നു. മീര പറഞ്ഞു

'ഞാൻ വീടുവരെയൊന്നു പോയിട്ടുവരാമെന്നു വിചാരിക്കുന്നു. അമ്മയ്ക്ക് അസുഖം കൂടുതലാണ്."

"മീര എന്നാ മടങ്ങിവരുക?"

ആകാംക്ഷയോടെ പീർമുഹമ്മദ് ചോദിച്ചു.

"കഴിവതും വേഗം."

എന്തോ പറയാനായി പീർമുഹമ്മദിന്റെ ചുണ്ടുകൾ വെമ്പി. പതുക്കെ വാക്കുകൾ പുറത്തേക്ക് തെറിച്ചു.

"മീരാ നീയില്ലാതെ ഇവിടെയൊരു രസവുമുണ്ടാവില്ല. വേഗം തിരിച്ചുവരില്ലേ."

മീര പീർമുഹമ്മദിനെ നോക്കി. അയാൾ കണ്ണുകൾ മീരയിൽ നിന്നു പറിച്ചു കുന്നിൻചരിവിലേക്കെറിഞ്ഞു.

"ങും." മീര മൂളി.

രണ്ടുപേരും കുന്നിറങ്ങി താഴ്‌വാരത്തു പട്ടണത്തിലേക്കുള്ള ബസ് പുറപ്പെടാനായി കാത്തു നിന്നു. മീര പീർമുഹമ്മദിന്റെ മുഖത്തേ നോക്കി. ഭാരം തൂങ്ങിയ കണ്ണുകൾ മുഖത്തുറയ്ക്കുന്നില്ല. മീര തോളിൽ നിന്ന് ബാഗൂരി നിലത്തുവച്ചു. എന്നിട്ടയാളുടെ അരുകിലേക്ക് ചേർന്ന് നിന്ന് ആ കവിളിലൊരു മുത്തം നൽകി. അപ്രതീക്ഷിതമായ ചുംബനത്തിൽ അയാളൊന്നു പകച്ചു. ആരെങ്കിലും ശ്രദ്ധിക്കുന്നുണ്ടോ അയാൾ ചുറ്റും പരതി. മീര ബാഗും തൂക്കി അതിവേഗം ബസിനരികിലേക്ക് ഓടി. മീരയെ കാത്തുകിടന്നതുപോലെ അവളെയും കൊണ്ട് ബസ് ഇരമ്പിനീങ്ങി. അയാൾ നിറകണ്ണുകളോട് നോക്കിനിന്നു. ബസ് വളഞ്ഞും പുളഞ്ഞും കുന്നിറങ്ങിക്കൊണ്ടിരുന്നു. ദൂരെ താഴ്‌വാരവും കടന്ന് ഒരു പൊട്ടുപോലെ ബസ് വീണ്ടും കുന്നുകയറിമറയുന്നതുവരെ അയാൾ അവിടെ നിന്നു. തിരികെ കുന്നുകയറുമ്പോൾ കാടോ മരമോ അയാൾ കണ്ടില്ല. ഒരന്ധ നെപ്പോലെ അയാൾ നടന്നു നീങ്ങി. മീര എത്ര ആഴത്തിലാണ് മനസ്സിൽ സ്ഥാനം നേടിയിരുന്നതെന്ന് മീരയുടെ വേർപാടിലാണല്ലോ ബോദ്ധ്യമായത്. അയാൾ ഓർത്തു. ആദിവാസികളുടെ കൂട്ടം മരുന്നുപറിക്കാനായി കുന്നിറങ്ങുന്നു. ഈ സെന്റർ നിർത്തുന്നതോടെ ഇവർക്കെല്ലാം തൊഴിൽ നഷ്ടമായേക്കും. പാവങ്ങൾ! പീർമുഹമ്മദ് കുന്നുകയറി ചെല്ലുമ്പോൾ പ്രോജക്ട് ഓഫീസിന്റെ പരിസരത്ത് ഒരാളെ കണ്ടു. മുറിക്കയ്യൻ ഖദർഷർട്ടും ഒറ്റമുണ്ടും. ചന്ദ്രശേഖരൻ തമ്പിതന്നെ. പീർമുഹമ്മദ് വേഗം കുന്നുകയറി ചെന്നു. എന്നാൽ ചന്ദ്രശേഖരൻതമ്പിയെ അവിടെ കാണാനായില്ല

ചന്ദ്രശേഖരൻ തമ്പി വീണ്ടും ഇവിടേക്ക് വന്നത് എന്തിനാണ്. പീർമുഹമ്മദിന്റെ മനസ്സിൽ സംശയം ഫണം വിടർത്തി. അയാൾ കൂടെ കൂടെ എവിടെയോ ഒളിക്കുന്നുണ്ടെന്നുറപ്പാണ്. അല്ലങ്കിൽ ഇവിടെയിപ്പോൾ കാണേണ്ടതാണല്ലോ എന്നു പീർമുഹമ്മദ് ഓർത്തു. ചുറ്റും ഒരുവെളിച്ചം മിന്നിമറഞ്ഞു. അയാൾ പുറത്തിറങ്ങി നോക്കി. കൊള്ളിയാൻ പോലൊരു വെളിച്ചം. തോന്നിയതാവുമെന്ന കരുതി അയാൾ സെന്ററിനുള്ളിലേക്ക്

നടന്നു. ഡോ. ഫിലിപ്പും ഡോ. സൂസന്നയും എന്തോ തിരക്കിട്ട പണിയി ലാണ്. പീർമുഹമ്മദ് കുറച്ചുപേപ്പർ ജോലികളൊക്കെ ചെയ്തശേഷം മുറി യിലെത്തുമ്പോൾ ചന്ദ്രശേഖരൻ തമ്പി അവിടെകാത്തുനിൽക്കുന്നു. "നിങ്ങൾ നേരത്തെ സെന്ററിൽ വന്നിരുന്നോ? പീർമുഹമ്മദ് ചോദിച്ചു. "വന്നിരുന്നു" അയാൾ പറഞ്ഞു. "എന്താ ജോലികിട്ടിയോ."

പീർമുഹമ്മദ് എന്നെയൊന്നു സഹായിക്കണം.'

"ഞാൻ നേരത്തെപറഞ്ഞല്ലോ. ജോലിയൊന്നും വാങ്ങിത്തരാൻ എനിക്കാവില്ല."

"അതല്ല."

"പിന്നെ"

പീർമുഹമ്മദിനെക്കുറിച്ചു ഞാനന്വേഷിച്ചു. താങ്കളൊരു മാന്യനാ ണെന്ന് ബോധ്യപ്പെട്ടതുകൊണ്ടുപറയുകയാണ്. ഞാൻ ജോലിതേടിയല്ല ഇവിടെ വന്നത്. എന്റെ പേര് നാരായണൻകുട്ടി. ദൽഹിയിൽ പത്രപ്ര വർത്തകനാണ്. ഈ സെന്ററിനെക്കുറിച്ചുള്ള കുറച്ചുകാര്യങ്ങൾ നിങ്ങൾ എനിക്ക് പറഞ്ഞുതരണം."

അയാൾ പറയുന്നത് വിശ്വാസം വരാത്തതുപോലെ പീർമുഹമ്മദ് നിന്നു. അതു ശ്രദ്ധിച്ചിട്ടാവണം അയാൾ തന്റെ ഐഡന്റിറ്റി കാർഡ് പീർമു ഹമ്മദിന്റെ നേർക്കു നീട്ടി. പീർമുഹമ്മദ് ഐഡന്റിറ്റി കാർഡ് വാങ്ങി നോക്കിയിട്ട് തിരികെ നൽകി.

"ഈ സെന്ററിന്റെ പ്രവർത്തനം നമ്മുടെ രാജ്യത്തിനു അപകടകര മാണ്. നമ്മുടെ ജൈവസമ്പത്തു മുഴുവൻ ഇവർ കൊള്ള ചെയ്യുകയാ ണ്. അറിഞ്ഞോ അറിയാതെയോ നമ്മുടെ ആൾക്കാരും ഇവർക്കു കൂട്ടു നിൽക്കുന്നു."

പീർമുഹമ്മദ് അത്ഭുതം വിടരുന്ന മിഴികളോടെ അയാളെ നോക്കി. അയാൾ പറഞ്ഞു:

"വൻ സാമ്പത്തിക കൊള്ളയാണിവർ നടത്തുന്നത്. നമ്മുടെ വെച്ചൂർ പശുവിനെ ട്രാൻസ്ജെനിക് വിദ്യയിലൂടെ ജൈവമരുന്നു ഫാക്ടറിയാക്കി ഇവർ മാറ്റി. പശുവിന്റെ ഒരു ലിറ്റർപാലിന് പത്തുലക്ഷം ഡോളറാണ് വില. എ എ എ പ്രോട്ടീൻ വേർതിരിച്ചെടുക്കുന്നത് ഈ പാലിൽനിന്നാ ണ്. ഒരു പശുവിനെ ജർമനിക്ക് ഇവർ വിറ്റതോ ഒരു കോടി പവനും! നമ്മുടെ ജൈവസമ്പത്തു മുഴുവൻ കടത്തിക്കൊണ്ടുപോയി ഇവർ പേറ്റന്റ് നിയമത്തിൻ കീഴിലാക്കി സംരക്ഷിക്കുകയാണ്. ആര്യവേപ്പും മഞ്ഞളും വസുമതിയും കീഴാർനെല്ലിയും സർപ്പഗന്ധിയുമെല്ലാം നമുക്ക് നഷ്ടമാ യിക്കഴിഞ്ഞു."

അയാൾ രോഷത്തോടെ തുടർന്നു! "ഇവിടുത്തെ മനുഷ്യരുടെ ജനി തകവൈവിധ്യംപോലും ഇവർ സംരക്ഷിക്കുന്നുവെന്നാണ് കേട്ടത്. ഇനിയും തെളിവുകൾ വേണമെന്നു മാത്രം."

പീർമുഹമ്മദിനു കുറ്റബോധം തോന്നി. അയാളുടെ മുഖത്ത് വിരി ഞ്ഞുകുമ്പുന്ന സൂക്ഷ്മചലനങ്ങൾ ശ്രദ്ധിച്ചുകൊണ്ട് നാരായണൻ കുട്ടി

പറഞ്ഞു: "നിങ്ങളെന്നെ വിശ്വസിക്കണം. ഞാൻ വീണ്ടും വരും." അയാൾ വേഗം കുന്നിറങ്ങിമറഞ്ഞു. പീർമുഹമ്മദ് മുറ്റത്തിറങ്ങി എന്തോ ദുഃസ്വപ്നം കണ്ടുണർന്നവനെപ്പോലെ കുന്നുകൾ നോക്കിനിന്നു.

പത്ത്

കാട്ടിൽ ഇരുട്ടു കനംവെച്ചു കിടക്കുകയാണ്. വിവിധയിനം ജീവിക ളുടെ മുരൾച്ചകൾ കേൾക്കാം. പീർമുഹമ്മദ് ജനൽപാളികളിലൂടെ പുറ ത്തേക്ക് നോക്കി. യാതൊന്നും കാണാനാവുന്നില്ല. ഇടയ്ക്കിടെ കാറ്റിൽ കാടുലയുന്ന ശബ്ദം കേൾക്കുന്നുണ്ട്. അപ്പോഴാണ് ഈ കനത്ത ഇരുൾ മറക്കുള്ളിൽ ഒരു വൻകാട് ഒളിഞ്ഞിരിപ്പുണ്ടെന്നറിയുക. ഇന്നത്തെ രാത്രി ഇരുട്ടു കൂടുതലുണ്ടല്ലോയെന്നു പീർമുഹമ്മദ് മനസിലോർത്തു. കറുത്ത വാവോ മറ്റോ ആവാം. കുറച്ചുനേരം വായിച്ചിരിക്കാമെന്നു കരുതി. 'ഒറ്റ വൈക്കോൽ വിപ്ലവമെടുത്തു' വായിച്ചുതുടങ്ങി. ഒന്നു രണ്ടു പേജുകൾ വായിച്ചുകാണും മുറ്റത്തു നിന്നൊരു ശബ്ദം കേട്ടു. ആരോ വിളിക്കുന്ന തുപോലെ. പീർമുഹമ്മദ് ജനൽപാളിയിലൂടെ പുറത്തേക്കു നോക്കി. ആരെയും കാണാനില്ല. വീണ്ടും വായന തുടങ്ങി. പെട്ടെന്ന് വാതിലിൽ ഒരു മുട്ടുകേട്ടു. "ആരാ?" പീർമുഹമ്മദ് വിളിച്ചു ചോദിച്ചു. അതിനു മറു പടി കിട്ടിയില്ല. എന്നാൽ ജനൽപാളികൾക്കരികിൽ ഒരു നിഴൽ തെളി ഞ്ഞു. പീർമുഹമ്മദിന് ആളെ മനസ്സിലായി. ചന്ദ്രശേഖരൻ തമ്പി അല്ല നാരായണൻകുട്ടി. പീർമുഹമ്മദ് വാതിൽ തുറന്നു. അയാൾ മുറിക്കുള്ളി ലേക്ക് കയറി. പീർമുഹമ്മദ് ആകാംക്ഷയോടു ചോദിച്ചു: "എന്താ?"

"പറയാം." പീർമുഹമ്മദ് വിടർന്ന മിഴികളോടെ അയാളെ നോക്കി. നാരായണൻകുട്ടി കട്ടിലിൽ ഇരുന്നു. തന്റെ തുകൽബാഗ് ഊരി നില ത്തുവച്ചുകൊണ്ടു പറഞ്ഞു: "ഈ സെന്റർ രണ്ടുദിവസത്തിനകം പൂട്ടും. മിക്കവാറും നാളെ തന്നെ സെന്ററിലെ പ്രധാനികളെല്ലാം കുന്നിറങ്ങും. ഡോ. ഫിലിപ്പും ഡോ.സൂസന്നയും മറ്റെന്നാൾ അമേരിക്കക്കു പറക്കും. അവരുടെ എയർ ടിക്കറ്റൊക്കെ ശരിയായിക്കഴിഞ്ഞു. അവർക്ക് എന്തോ സൂചന ലഭിച്ചുവെന്നാണ് തോന്നുന്നത്." എന്നിട്ടയാൾ പീർമുഹമ്മദിനെ സംശയപൂർവം നോക്കി. പീർമുഹമ്മദ് പറഞ്ഞു. "ഞാൻ താങ്കളെ കണ്ട വിവരം ആരോടും പറഞ്ഞിട്ടില്ല."

"താങ്കളെ എനിക്കു വിശ്വാസമാണ്. അതുകൊണ്ടാണല്ലോ ഞാൻ എല്ലാ കാര്യങ്ങളും താങ്കളോട് തുറന്നുപറഞ്ഞത്." അയാൾ പറഞ്ഞു ഡോ. സൂസന്നയും ഫിലിപ്പും കടൽക്കടക്കുന്നതിന് മുമ്പ് അവരുടെ പരീക്ഷണശാലയിലെ രേഖകളെല്ലാം നമുക്ക് കൈക്കലാക്കണം. നാരാ യണൻകുട്ടി പറഞ്ഞു. എന്നിട്ട് പീർമുഹമ്മദിന്റെ മറുപടിക്കായി അയാൾ കാത്തോർത്തു: 'ഡോ. സൂസന്നയുടെ മുറിയിലേക്ക് ഞങ്ങൾക്ക് പ്രവേശ നമില്ല. അവർ രേഖകളൊക്കെ എവിടെ വച്ചിരിക്കുകയാണെന്ന് യാതൊരു വിവരവുമില്ല" പീർമുഹമ്മദ് പറഞ്ഞു.

"അതൊക്കെ ഞാൻ കണ്ടെത്തിക്കൊള്ളാം."

ആത്മവിശ്വാസത്തോടെ നാരായണൻകുട്ടി പറഞ്ഞു.

"സെന്ററിനകത്ത് കയറാൻ വല്ലവഴിയുമുണ്ടോ? അയാൾ തിരക്കി.

"മരുന്നുപുരയുടെ മതിലിനുമുകളിലൂടെ ഒരാൾക്ക് ശ്രമപ്പെട്ടാൽ അകത്തു കടക്കാം" പീർമുഹമ്മദ് പറഞ്ഞു. "അതുതന്നെ ധാരാളം" നാരാ യണൻകുട്ടി പറഞ്ഞു. "എന്നാൽ നമുക്കിറങ്ങാം. ഇതാണു പറ്റിയ സമയം." പീർമുഹമ്മദ് നാരായണൻകുട്ടിക്ക് പിരകെ നടന്നു. ചുറ്റും ചെറു ജീവികളുടെ ശബ്ദം ഉച്ചത്തിൽ കേൾക്കാൻ തുടങ്ങി. കാട്ടിൽ മരങ്ങൾ ഉലയുന്ന ശബ്ദം കേൾക്കാം. ചുറ്റും നല്ല ശീതക്കാറ്റ് വീശുന്നുണ്ട്. ഇരു ട്ടിൽ തപ്പിത്തടഞ്ഞ് അവർ പ്രോജക്ട് ഓഫീസിന്റെ പടിക്കലെത്തി. മരു ന്നുപുരയോട് ചേർന്ന മുറിയിൽ വെപ്പുകാരൻ മത്തായിയുടെ കൂർക്കം വലി കേൾക്കാം. നാരായണൻകുട്ടിക്ക് അകത്തുകടക്കാനുള്ള വഴി പീർമു ഹമ്മദ് കാട്ടിക്കൊടുത്തു. അയാൾ ഉടുമ്പിനെപ്പോലെ ഇഴഞ്ഞ് അപ്പുറ ത്തേക്ക് വീണു. മത്തായി ഉണരുമോയെന്നു പീർമുഹമ്മദ് ആശങ്കപ്പെട്ടു. പ്രോജക്ട് ഓഫീസിന്റെ മുമ്പിൽ പെട്ടികൾ അടുക്കിവച്ചിരിക്കുന്നു. നക്ഷ ത്ര ആമകൾ അതിൽ ഉറങ്ങിക്കിടക്കുകയാണ്. പീർമുഹമ്മദ് ചിലപെട്ടി കളിലേക്ക് ചെവിയോർത്തുവച്ചു നോക്കി. കിരുകിരുപ്പോടെ ആമകൾ പെട്ടിക്കുള്ളിൽ അനങ്ങുന്നുണ്ട്. ചില പെട്ടികൾ നിശ്ശബ്ദമാണ്. പ്രോജക്ട് ഓഫീസിനുള്ളിൽ എന്തോ തട്ടുകയും മുട്ടുകയും ചെയ്യുന്ന ശബ്ദം കേൾക്കാം. പീർമുഹമ്മദ് ഭയപ്പാടോടെ ചുറ്റുംനോക്കി. മത്തായി ഉണർന്ന് ബഹളം വച്ചാൽ... പീർമുഹമ്മദ് മരുന്നുപുരയ്ക്കരികിലെ മുറിയിൽവന്നു ചെവിവട്ടംപിടിച്ചു.

മത്തായിയുടെ കൂർക്കംവലി മുഴങ്ങിക്കേൾക്കുന്നുണ്ട്. പീർമുഹമ്മദ് ആശ്വാസത്തോടെ നെടുവീർപ്പിട്ടു. എന്നിട്ടയാൾ നക്ഷത്ര ആമകളെ സൂക്ഷിച്ചിരിക്കുന്ന പെട്ടികൾ ഓരോന്നായെടുത്ത് കുറ്റിക്കാടിനരികിലേക്ക് ചെന്ന് ശ്രമപ്പെട്ട് പെട്ടിതുറന്ന് ആമകളെ കാട്ടിലേക്ക് തൂകി. നിലയ്ക്ക് കുനയായി വീണ നക്ഷത്ര ആമകൾ വെപ്രാളപ്പെട്ട് നാലുഭാഗത്തേക്കും ഇഴഞ്ഞുനീങ്ങി. പീർമുഹമ്മദ് നക്ഷത്രആമകളെ മുഴുവൻ കാട്ടിലേക്ക് തൂകി. കാട്ടിലേക്കിഴഞ്ഞും ചെറുശബ്ദം പുറപ്പെടുവിച്ചും ആമകൾ അക നകന്നുപോയി. "കുറച്ചാമകളെങ്കിലും രക്ഷപ്പെടാതിരിക്കില്ല" അയാൾ പറഞ്ഞു. പീർമുഹമ്മദ് നാരായണൻകുട്ടിക്കായി കാത്തുനിന്നു. ഏതോ യാമത്തിൽ അയാൾ പ്രോജക്ട് ഓഫീസിൽ നിന്ന് എന്തൊക്കെയോ വാരി വലിച്ചു കൈയിൽ തിരുകിക്കൊണ്ട് പുറത്തേക്ക് വന്നിട്ട് പറഞ്ഞു: "വേഗം രക്ഷപ്പെട്ടുകൊള്ളൂ." പീർമുഹമ്മദ് ചുറ്റുംനോക്കി. പ്രോജക്ട് ഓഫീസിന്റെ ഒരുകോണിൽ നിന്ന് ഒരു തുണ്ടു തീനാളം തലയുയർത്തിനോക്കുന്നു. "അയ്യോ" പീർമുഹമ്മദ് ഞെട്ടിവിളിച്ചു. വേഗമാകട്ടെ നാരായണൻകുട്ടി പറഞ്ഞു. അവർ കാട്ടുവഴിയിലൂടെ തപ്പിത്തടഞ്ഞ് നടന്നകന്നു. മരുന്നു പുരയിലേക്ക് തീ ആളിപ്പടരുമോ? വെപ്പുകാരൻ മത്തായി അവിടെ കിട പ്പുണ്ടല്ലോ പീർമുഹമ്മദ് മനസിലോർത്തു. അയാൾ വേഗത്തിൽ തിരി

ച്ചോടി. അപ്പോഴേക്കും പ്രോജക്ട് ഓഫീസിന്റെ ഒരുഭാഗത്ത് നിന്നും തീനാളം മാനത്തേക്കുയർന്നുകഴിഞ്ഞിരുന്നു.

"പീർമുഹമ്മദ് മത്തായിയുടെ മുറിയിൽ തട്ടി ഉറക്കെ വിളിച്ചു. തീ.. തീ."

മത്തായി വെപ്രാളത്തോടെ കതകു തുറന്നു. പുറത്തുചാടി. തീ പ്രോജക്ട് ഓഫീസിന്റെ മുകളിലേക്ക് പെയ്തിറങ്ങി. മത്തായിയുടെ നില വിളികേട്ട് പ്രോജക്ട് ഓഫീസിനോട് ചേർന്നു താമസിച്ചിരുന്നവരൊക്കെ ഉണർന്നു. രാജശേഖരൻ ഓടിക്കിതച്ചെത്തി. ഡോ. ഫിലിപ്പും ഡോ. സൂസ ന്നയും എത്തി. ഡോ. സൂസന്ന വാപൊത്തി കരഞ്ഞു. അവർ ഡോ. ഫിലിപ്പിന്റെ മാറിലേക്ക് തലചായ്ച്ചുതേങ്ങി.

പ്രോജക്ട് ഓഫീസ് തീ കത്തുന്നതുകണ്ട് ആദിവാസികൾ മലഞ്ച രിവിൽ നിന്ന് കൂട്ടമായി ഓടിയെത്തി. പച്ചിലപടർപ്പുകൾവെട്ടിയിട്ടും കൈയിൽക്കിട്ടിയ വെള്ളമെടുത്തൊഴിച്ചും അവർ തീക്കെതിരെ യുദ്ധം തുടർന്നു. എന്നാൽ തീ അതിന്റെ താണ്ഡവം തുടർന്നുകൊണ്ടിരുന്നു. നിമിഷങ്ങൾക്കുള്ളിൽ തീ പ്രോജക്ട് ഓഫീസിന്റെ നല്ലൊരുഭാഗവും നക്കിത്തുടച്ചു. നേരം പരപരാവെളുത്തപ്പോഴേക്കും പ്രോജക്ട് ഓഫീസ് ഒരു ചാമ്പൽ കൂനയായി മാറിക്കഴിഞ്ഞു. ഡോ. സൂസന്നയും ഡോ. ഫിലിപ്പും വിഷമം താങ്ങാനാവാതെ തളർന്നുപോയി. പീർമുഹമ്മദിന്റെ കൈകളിൽ അവരെ ആശ്വസിപ്പിക്കാൻ വാക്കുകളില്ലായിരുന്നു. അയാൾ തന്റെ മുറിയിലേക്ക് നടന്നു. പീർമുഹമ്മദ് മീരയെക്കുറിച്ചാണ് ഓർത്ത ത്. 'മീര എപ്പോൾ തിരിച്ചുവരും.'

ഈ സെന്റർ ഇനി പ്രവർത്തിക്കില്ല. നാരായണൻകുട്ടി പറഞ്ഞതു ശരിയാണെങ്കിൽ ഡോ. സൂസന്നയും ഡോ. ഫിലിപ്പും ഇന്നുതന്നെ കുന്നി റങ്ങും പിന്നെ ഈ കാട്ടിൽ ആരുമുണ്ടാവില്ല.

മീര.

അയാളുടെ മനസ്സ് തേങ്ങി. മീരയല്ലാതെ എനിക്ക് കുന്നിറങ്ങാനാ വില്ല. അയാൾ വിഷമത്തോടെ സ്വയം പറഞ്ഞു. ചുറ്റും പ്രകാശം പര ന്നു. ആരൊക്കെയോ കുന്നുകയറി വന്നു. പീർമുഹമ്മതൊന്നും ശ്രദ്ധി ച്ചില്ല. ഉച്ചകഴിഞ്ഞപ്പോൾ രാജശേഖരൻ വന്നുവിളിച്ചു. പീർമുഹമ്മദ് പ്രോജക്ട് ഓഫീസിന്റെ പടിക്കൽ ചെല്ലുമ്പോൾ ഡോ. സൂസന്നയും ഡോ. ഫിലിപ്പും തയ്യാറായി നിൽക്കുകയാണ്. അവരുടെ കണ്ണുനീർ വറ്റിയ കണ്ണുകളിൽ വേദന തളംകെട്ടി നിന്നിരുന്നു. തങ്ങൾ മടങ്ങുകയാണെന്ന വർ ഗദ്ഗദത്തോടെ പറഞ്ഞു. ആദിവാസികൾ കണ്ണീർപൊഴിച്ചു. ഡോ. ഫിലിപ്പും ഡോ. സൂസന്നയും കാട്ടിടവഴിയിലൂടെ നടന്നു. അവർക്ക് പിന്നാലെ പെട്ടിയും തൂക്കി രാജശേഖരനും കുറച്ച് ആദിവാസികളും നട ന്നു.

പീർമുഹമ്മദിന്റെ മനസ്സ് നിറയെ മീരയായിരുന്നു. മീരയുടെ സാമീ പ്യത്തിനായി അയാൾ വെമ്പാൻ തുടങ്ങി. അയാൾ കുന്നിൻചെരുവിലേക്ക് കണ്ണുപായിച്ചുനിന്നു. അയാളുടെ കാലിൽ എന്തോ വന്നുതൊട്ടുരുമി.

പീർമുഹമ്മദ് ഭയപ്പാടോടെ കാലുവലിച്ചുനോക്കുമ്പോൾ ഒരു ചെറിയ നക്ഷത്ര ആമക്കുഞ്ഞ്. പുറംമുഴുൻ ചായംപൂശിയ നക്ഷത്രആമക്കുഞ്ഞ് അയാളുടെ കാലിൽ വീണ്ടും വന്നുരസി. അയാൾ നക്ഷത്ര ആമകുഞ്ഞിന്റെ സ്നേഹാർദ്രമായ സ്പർശത്തിനായി കാൽ നീട്ടിക്കൊടുത്തു. കാലിൽ തൊട്ടുരുമി തൊട്ടുരുമി ആമക്കുഞ്ഞു കളിക്കുന്നു. പീർമുഹമ്മ ദിന് വല്ലാത്ത ഒരാശ്വാസം തോന്നി. കുറ്റിക്കാട്ടിലൂടെ നക്ഷത്ര ആമകൾ ഇഴഞ്ഞുനീങ്ങുന്നുണ്ട്. കാടുമുഴുവൻ ചായംതേച്ച നക്ഷത്ര ആമകൾ ഇഴ ഞ്ഞുനടക്കുന്നതായി അയാൾക്ക് തോന്നി. നിറങ്ങളുടെ വശ്യമായ ഈ കാഴ്ച അയാളിൽ ആഹ്ലാദത്തിന്റെ നീരുറവ പൊട്ടിച്ചു. കുന്നിൻപുറത്തു കൂടിനിന്നവരുടെ എണ്ണം കുറഞ്ഞു കുറഞ്ഞുവന്നു. ഒടുക്കം മൂന്നോ നാലോ പേരായി അവശേഷിച്ചു. സഞ്ചിയുംതൂക്കി മത്തായി വന്നു. "സാറേ ഇരുട്ടുന്നതിനു മുമ്പ് ഞാനും കുന്നിറങ്ങുകയാണ്." എന്നിട്ട് പീർമുഹമ്മദിന്റെ മുഖത്തേക്ക് ഒരുനിമിഷം നോക്കി. പീർമുഹമ്മദിന്റെ മുഖത്ത് പ്രത്യേക ഭാവഭേദമൊന്നും കാണാതെ മത്തായി ചോദിച്ചു.

"സാറ്."

അതിനു പീർമുഹമ്മദ് ഒന്നു മൂളുകമാത്രം ചെയ്തു. മത്തായി കാത്തു നിൽക്കാതെ കുന്നിറങ്ങി.

"മീര മടങ്ങിവരാതിരിക്കില്ല."

പീർമുഹമ്മദ് ആരോടെന്നില്ലാതെ സ്വയം പറഞ്ഞു.

ആദിവാസികൾ വന്നു ചോദിച്ചു: "സാറ് എപ്പോഴാ കുന്നിറങ്ങുക."

കുറച്ചുദിവസം ഞാനിവിടെ താമസിക്കുകയാണ്. പീർമുഹമ്മദ് പറ ഞ്ഞു. അതിശയത്തോടെ അവർ പീർമുഹമ്മദിന്റെ മുഖത്തേക്ക് നോക്കി.

"എനിക്കീ കാടും കുന്നും ഉപേക്ഷിച്ചു പോകാനാവുന്നില്ല" പീർമു ഹമ്മദ് പറഞ്ഞു.

"കാടിനെ സ്നേഹിച്ചാൽ കാടു നമ്മെയും സ്നേഹിക്കും. പിന്നെ വിട്ടുപിരിഞ്ഞിരിക്കാനാവില്ല. അതാ ഞങ്ങളെ അനുഭവം." ഒരാദിവാസി പറഞ്ഞു.

പീർമുഹമ്മദ് അതുകേട്ട് തലകുലുക്കു മാത്രം ചെയ്തു. ഒരാദിവാസി പീർമുഹമ്മദിന് കൂട്ടിരുന്നു. അയാൾ തന്റെ കുടിലിൽ നിന്നു ഭക്ഷണം കൊണ്ടുകൊടുത്തു. പീർമുഹമ്മദ് പേഴ്സ് തുറന്ന് കുറച്ചുനോട്ടെടുത്തു നീട്ടി. ആദിവാസി ഒന്നറച്ചു നിന്നു.

"വാങ്ങിക്കോളൂ. കടയിൽ നിന്ന് സാധനങ്ങൾ വാങ്ങേണ്ടതല്ലേ' അവർ പണംവാങ്ങി. പീർമുഹമ്മദ് ദൂരെ താഴ്വാരത്തേക്ക് നോക്കിയിരു ന്നു. പുഴയ്ക്കരികിലെങ്ങാനും ഒരു തലവെട്ടം കണ്ടാൽ അയാൾ ചാടി യിറങ്ങും. അതു മീരയാണോ എന്നറിയാൻ. എന്നാൽ നിരാശയായിരുന്നു ഫലം. ദിവസങ്ങൾ കൊഴിഞ്ഞുവീഴുന്തോറും അയാളുടെ നിരാശയ്ക്ക് ആഴംകൂടിക്കൂടിവന്നു. ദൂരെ ആത്മഹത്യാ മുനമ്പ് അയാളെ ചുഴിഞ്ഞു നോക്കാൻ തുടങ്ങി. പീർമുഹമ്മദിന്റെ കണ്ണുകളിൽ കരി പടർന്നു തുട ങ്ങി.

ദിവസങ്ങൾ എണ്ണിയെണ്ണി അയാൾ കാത്തിരുന്നു. പിന്നെ ദിവസ

ങ്ങൾ ഓർമ്മിക്കാതെയായി. മഴക്കാലം വന്നു. കാടൊക്കെ തളിരണിഞ്ഞു. അയാൾ മുറ്റത്തിറങ്ങി ദൂരെ പുഴക്കടവിലേക്ക് നോക്കിയിരിക്കുകയായി രുന്നു. പുല്ലുകൾക്കിടയിലൂടെ ഒരു തല ഇഴഞ്ഞിഴഞ്ഞു വരുന്നു. അതു തുള്ളിക്കളിക്കാൻ തുടങ്ങി. അയാൾ കണ്ണുകൾ ഇറുകെപൂട്ടി. കണ്ണുനീർ തുള്ളി പുറത്തേക്ക് തെറിച്ചു. പിന്നെ ആകാവുന്നത്ര വിടർത്തി നോക്കി. പരിചിതമായൊരു ഗന്ധം. പീർമുഹമ്മദ് കുന്നിൻപുറത്തേക്ക് സർവ്വശ ക്തിയുമെടുത്ത് ഓടി.

"മീരാ... മീരാ.." അയാളുടെ നാവിൽ നിന്ന് ശബ്ദം തിളച്ചുപൊന്തി. എന്നാൽ അതൊരു ഞരക്കംപോലെ മാത്രമേ പുറത്തേക്ക് തെറിച്ചുള്ളൂ. അയാൾ പുല്ലുകൾക്കിടയിൽ വഴുതിവീണു. പിന്നെ പിടഞ്ഞെണീറ്റു.

"മീരാ.. മീരാ.." ശബ്ദം കൂടുതൽ കനംവച്ചു.

ഇപ്പോൾ അയാൾക്കവളെ തെളിഞ്ഞുകാണാം. മീരതന്നെ. അയാൾ പുല്ലുകൾക്കിടയിൽ മുട്ടുകാലിൽ കുത്തിയിരുന്നു കരഞ്ഞു. മീര ഒരു ശലഭത്തെപ്പോലെ പ്രാഞ്ചി പ്രാഞ്ചി അയാളുടെ അരികിലേക്കു വന്നു. അയാൾ കണ്ണുനീർ തുടച്ചു ചിരിക്കാൻ ശ്രമിച്ചു. മീര അയാളെ വാരിപ്പുണർന്നു. മീരയുടെ കണ്ണുനീർ അയാളുടെ ചുണ്ടുകളെ നനച്ചു. ചുറ്റും മഴത്തുള്ളി കൾ വീണു ചിതറാൻ തുടങ്ങി. മഴ ശക്തിപ്രാപിച്ചു. കാറ്റിന്റെ ഹുങ്കാരം. അവർ പെരുമഴയിൽ പുല്ലിൽ കെട്ടിപ്പിടിച്ചുകരഞ്ഞു. അതുകണ്ട് സന്തോഷം സഹിക്കവയ്യാതെ അയാളുടെ കുടിൽ തുള്ളിക്കളിക്കാൻ തുട ങ്ങി. പെരുമഴയിൽ കാൽതെറ്റി കുടിൽ മലർന്നടിച്ചുവീണ ശബ്ദംകേട്ടാ ണവർ തല ഉയർത്തിയത്. മീരയതുകണ്ടു കണ്ണുനീരാൽ ചിരിച്ചു.

"സെന്റർ നിർത്തിയതറിഞ്ഞ് പീറിനെ ഞാൻ തിരയാത്ത നാടില്ല." മീര പറഞ്ഞു.

"മീര എന്നെങ്കിലും ഒരിക്കൽ ഈ കുന്നുകേറി വരുമെന്നനിക്കറി യാമായിരുന്നു." പീർമുഹമ്മദ് പറഞ്ഞു.

തളിരിലകൾക്കിടയിൽ നിന്നൊരു കരച്ചിൽ. അവർ പുല്ലുകൾക്കിട യിൽ നിന്ന് പിടഞ്ഞെണീറ്റ് ചുറ്റും നോക്കി. കുറ്റിക്കാട്ടിൽ തളിരിലകൾക്കി ടയിലൂടെ ഒരു കുഞ്ഞു പൂമൊട്ടു തലനീട്ടി നോക്കുന്നു. വസന്തം പിറ ക്കുന്നതിന്റെ ശബ്ദമാണല്ലോ നമ്മൾ കേട്ടത്. ചുറ്റും കാട്ടുമരങ്ങൾ പൂവി തരാൻ തുടങ്ങി.

ഗച്ഛാമി

ഒന്ന്

പള്ളിയ്ക്കലൊാർ അന്നും ശാന്തമായി ഒഴുകുകയായിരുന്നു. കിഴക്കേ കടവിൽ മണൽ വാരുന്ന തൊഴിലാളികൾ മുങ്ങാംകോഴികളെപ്പോലെ കുളി തുടർന്നു. വള്ളക്കാരൻ വേലപ്പൻ വള്ളം അക്കരയ്ക്കും ഇക്ക രയ്ക്കും കഴക്കുത്തി പായിച്ചുകൊണ്ടിരുന്നു. കുമാരന്റെ ചായക്കടയിൽ നാദാപുരത്തെ രാഷ്ട്രീയ കൊലപാതകങ്ങളെക്കുറിച്ചുള്ള പത്രവാർത്ത ആരോ ഉറക്കെ വായിക്കുന്നുണ്ട്. പണ്ടെങ്ങോ കേട്ടുമറന്ന ഒരു വടക്കൻപാ ട്ടിന്റെതനിയാവർത്തനമാണല്ലോ ഇതെന്നു വിചാരിച്ചു കോലുനാരായണൻ അടക്കത്തിൽ ഒരു കോട്ടുവായിട്ടു. ചായക്കട ഉച്ചത്തിൽ സംസാരിക്കാനും പിന്നെ അടക്കം പറയാനും തുടങ്ങി. പടിഞ്ഞാറെക്കടവിൽ പെണ്ണുങ്ങളും പിള്ളേരും പീച്ചയ്ക്കാകൊണ്ട് മേത്തെ അഴുക്കു ചൊറിഞ്ഞിളക്കി കുളി നടത്തുന്നുണ്ടായിരുന്നു. സോപ്പുപതയിലും എണ്ണക്കൊഴുപ്പിലും പെട്ട് ചെറുമീനുകൾ നീന്തിത്തുടിക്കാനാവാതെ കൈകാലുകളിട്ടടിച്ചു ബഹളം കൂട്ടി. പുഴക്കടവിൽ മേഞ്ഞുനടന്ന പശുക്കൾ അരയാലിൻ ചുവട്ടിൽ വന്നു കിടന്ന് അയവെട്ടാൻ തുടങ്ങി. കുളക്കൊക്കുകളും മുണ്ടികളും പൊന്ത ക്കാട്ടിലും ചെളിക്കുണ്ടിലും തങ്ങളുടെ ധ്യാനം തുടർന്നു. മോക്ഷംപ്രാപിച്ച ചില കൊക്കുകൾ ചിറകു മന്ദംമന്ദം വീശി നെൽവയലുകളിലേക്ക് പാറി പ്പറന്നു. കുഞ്ഞൻ പതിയാരും പെമ്പ്രന്നോരും പള്ളിക്കലൊാറിന്റെ ഓരത്തെ പുരാതനമായ അലക്കുകല്ലിൽ മുണ്ടും ഉടുപ്പും സാരിയും ബ്ലൗസും അടിച്ചു തല്ലി കുത്തിപ്പിഴിഞ്ഞ് ആറ്റിൽ ഉലച്ചു കഴുകി പിഴിഞ്ഞെടുത്തു കോന്തലോടു കോന്തലുപിടിച്ച് വീശിക്കുടഞ്ഞ് കുതിരകെട്ടും തടങ്ങളിൽ വിരിച്ചുണക്കാൻ തുടങ്ങി. നാട്ടുകാരുടെ വിഴുപ്പു കുടിച്ചു പള്ളിക്കലൊാറിനു

തുറ്റലുപിടിച്ചു. പള്ളിക്കലാറിന്റെ ഇരുകരയിലും ചെളിയടിഞ്ഞു. അതിന്റെ ഓരത്തിരുന്നു മാക്രിക്കുഞ്ഞുങ്ങൾ തത്തിക്കളിച്ചു! തുറ്റലുപിടിച്ച വെള്ളം വകഞ്ഞുമാറ്റി പതിയാൻ ദേഹത്തെ ചെളി ചെറിഞ്ഞിളക്കി മുങ്ങിപ്പൊ ങ്ങിയപ്പം അരയിലെ കറുത്ത ചരട് വെള്ളത്തിനടിയിലെവിടെയോ ഉട ക്കി. കുഞ്ഞൻ പതിയാര് വെള്ളത്തിൽ മുങ്ങിപ്പൊങ്ങി നിവർന്നുനിന്ന് എണീറ്റ് തപ്പിയപ്പം കറുത്തചരടും ഏലസും കാണാനില്ല. അയാൾ അക്കാര്യം പെമ്പ്രന്നോരോടു പറഞ്ഞു. അവരതു കേട്ടു ബഹളം കൂട്ടി. തന്റെ ഏലസും കറുത്തചരടും കൈവിരലുകൊണ്ടൊന്നയച്ചുവിട്ട് അവ ർ പറഞ്ഞു. "മനുഷ്യാ എപ്പോഴും വെള്ളത്തിൽ പണിയെടുക്കേണ്ടവരാ. ദേഹരക്ഷയ്ക്കു മന്ത്രവാദി കൊച്ചുകുഞ്ഞ് ചെയ്തുതന്ന ഏലസാ. നിങ്ങ ഇതു കളയാതെ എളുപ്പം മുങ്ങിത്തപ്പിയെട്. 'അതുകേട്ട് പതിയാര് ബ്ലുക്കോന്നു വെള്ളത്തിലേക്കു ചാടി. കാട്ടുകല്ലിന്റെ അടിയിൽ ചെന്ന് കണ്ണുതുറന്നപ്പോൾ ഏലസു കിടന്നു പളപളാന്നു മിന്നുന്നു. ഏലസിന്റെ തിളക്കത്തിൽ വെള്ളത്തിനടിയിൽ തലകുത്തികിടന്ന് ആരോ തന്നെ തുറി ച്ചുനോക്കുന്നതായി അയാൾക്കു തോന്നി. അതു കണ്ടയാൾ ഒന്നുകിടു ങ്ങി. ഏലസു തപ്പിത്തടഞ്ഞെടുത്തു പതച്ചുപൊങ്ങി. എന്നിട്ട് അലക്കുക ല്ലിൽ കേറി കുത്തിയിരുന്നു. പെമ്പ്രന്നോര് ഏലസ് അയാളുടെ അരയിൽ മുറുക്കിക്കെട്ടുന്നതിനിടയിൽ അയാൾ ആരോടെന്നില്ലാതെ പറഞ്ഞു:

"വെള്ളത്തിൽ കിടന്നാരോ എന്നെ തലകുത്തിനോക്കി"

പെമ്പ്രന്നോരതു കേട്ടുപറഞ്ഞു: "ചുമ്മാ കിടന്നു പിച്ചുംപേയും പറ യാതെ. എന്റെ ഭഗവതിക്കാവിലമ്മേ ഇങ്ങേർക്കു വെള്ളത്തീന്നു വല്ല പേടിയും കിട്ടിയോ?"

"ഛീ!" അയാളൊരു ആട്ടുകൊടുത്തു.

"പിന്നെ ആരാ മനുഷ്യാ നിങ്ങളെ വെള്ളത്തി കിടന്നു തലകുത്തി നോക്കാൻ? ഇതിനെടയിലെങ്ങാനും എന്റെ കണ്ണുവെട്ടിച്ച് നിങ്ങള് രാഘ വൻചേട്ടന്റെ ചാരായഷാപ്പിൽ കേറിയോ യ്യയ്യയ്യ്യോ... വല്ലവരുടെയും വിഴുപ്പുഭാണ്ഡങ്ങളെല്ലാം കഴുകിക്കഴുകി നടുവും കയ്യും തേഞ്ഞുണ്ടാ ക്കുന്ന കാശാ. നിങ്ങളു കണ്ണിൽ ചോരയില്ലാതെ കുടിച്ചുകൂത്താടുന്നേ. മൂത്തവളു കാർത്തിയായനിക്കു മകരത്തിൽ വയസ്സ് പതിനേഴു തികയും. രണ്ടാമത്തവൾക്കു പതിനഞ്ചായി. പെമ്പുള്ളാര് ഇരുന്നെണീക്കുന്നതു പോലാ പ്രായമാകുന്നേ. നിങ്ങൾക്കിതുവല്ലതും ഓർമ്മയുണ്ടോ. ആമ്പു ള്ളാരാണെങ്കി പോട്ടെന്നുവയ്ക്കാം. എന്നാലും അവമ്മാരു രണ്ടക്ഷരം പഠിച്ചാ ആർക്കാ അതിന്റെ ഗുണം? ആ എലുപ്പന്റെ മക്കളൊക്കെ ജോലി ക്കാരയതു രണ്ടക്ഷരം പഠിച്ചതുകൊണ്ടല്ലിയോ? പിള്ളാര് ഒരു കരപിടിച്ചാ പിന്നെ നമ്മളീ പണിക്കുവരണ്ടകാര്യമുണ്ടോ?" പെമ്പരന്നോരുടെ വർത്ത മാനം ഒരക്ഷരം വിടാതെ പതിയാരു കേട്ടതല്ലാതെ അതെക്കുറിച്ചൊന്നും മറുപടി പറഞ്ഞില്ല. അതു കണ്ട് പെമ്പരന്നോര്, "ഓ! അല്ലേലും നിങ്ങളു ഗുണംപിടിക്കാനുള്ള പുറപ്പാടല്ല, അവരു വീണ്ടും മുണ്ട് ആറ്റിൽ ഉലച്ചു കഴുകി. എന്നിട്ട് പറഞ്ഞു. "നിങ്ങളാ കല്ലീന്നൊന്ന് മാറ്. ഞാനിതൊന്ന്

തപ്പട്ടെ."

അയാളതു കേട്ട് മാക്രി ചാടുന്നതുപോലെ വെള്ളത്തിലേക്ക് ചാടി. ഒന്നു വീശി നീന്തി കരയ്ക്കുവന്നിരുന്നു. എന്നിട്ട് പറഞ്ഞു:

"എടീ എനിക്ക് തോന്നിയതാണോ അതോ നേരാണോന്നൊരു സംശയം."

"എന്തോന്ന്?"

"എന്നെ ആരോ വെള്ളത്തിൽ കിടന്ന് തലകുത്തി നോക്കി."

"നിങ്ങൾക്കെന്തൊരു ഭ്രാന്താണോ?" എന്നിട്ടവർ വാ പൊളിച്ചു. കണ്ണു മിഴിച്ചു ചെവിയോർത്തു.

"അല്ല ഇനി വല്ല ശവമെങ്ങാനും ഇവിടെ വന്നടിഞ്ഞോ? എന്റീശ്വരാ"

അവരതു പറഞ്ഞുതീരുംമുമ്പ് എന്തായാലും ഞാനൊന്നുകൂടി ഒന്നു മുങ്ങിനോക്കാൻ പുവ്വാന്നു" പറഞ്ഞ് അയാൾ വീണ്ടും വെള്ളത്തിലേക്കു മുങ്ങി. വെള്ളത്തിനടിയിൽച്ചെന്ന് കണ്ണു തുറന്നു. വെള്ളത്തിൽത്തപ്പിയും മുട്ടിയും നോക്കി. അയാളതു ശരിക്കും കണ്ടു. കണ്ണും മൂക്കും ഉള്ള ഒരു മുട്ടൻ കല്ല്. കണ്ണിലും മൂക്കിലും അയാൾ തൊട്ടു മണത്തു നോക്കി. എന്നി ട്ടുപതച്ചു മുകളിലെത്തി പറഞ്ഞു:

"ശരിയാടീ കണ്ണുംമൂക്കും ഒക്കെയുള്ള ഒരു രൂപം. നമ്മുടെ അല ക്കുകല്ലിന് കീഴിൽ കിടക്കുന്നു."

"അയ്യോ വല്ല പ്രേതവുമാണോ?"

"എടീ, ഇതു വല്ല ദേവനോ ദേവിയോ മറ്റോ ആണെന്നാ തോന്നു ന്നത്"

"ഓ ഈശ്വരാ രക്ഷിക്കണേ."

അവർ കൈകുപ്പി വെള്ളത്തിലേക്കിറങ്ങി നിന്നു നാമം ജപിക്കാൻ തുടങ്ങി. പിന്നെപ്പിന്നെ വെള്ളത്തിനടിയിലേക്കു മുങ്ങാംകുഴിയിട്ടു. കണ്ണു തുറന്നു. കണ്ണുംമൂക്കുമുള്ള ആ രൂപം അവരെ തുറിച്ചു നോക്കി. അതു കണ്ടവർക്ക് തരിപ്പും കിടുകിടുപ്പും തുടങ്ങി. അവർ മുകളിലേക്ക് പതച്ചു വന്നു നിന്നുവിറച്ചു.

"ഉം.. കാവിലമ്മേ.. ഭഗവതീ..."

ഇതുകണ്ട് പതിയാർ ആകെ പരിഭ്രമിച്ചു. അയാൾ അവരെ കുലുക്കി വിളിച്ചു. "എടീ പാറോതീ. നീ കിടന്നു ഭ്രാന്തു കാണിക്കുന്നോ?" അവരെന്നിട്ടും ഉറഞ്ഞുതുള്ളീ. "ഞാൻ പാറോതിയല്ല. സാക്ഷാൽ ദേവി യാ.. ഉം. എവിടെ ചിലമ്പ്.. എവിടെ എന്റെ പള്ളിവാൾ.." പാതിയൻമാർ അലക്കുന്ന കടവിൽ പതിവില്ലാത്ത ഒരു ആരവം കേട്ട് കുമാരന്റെ ചായ ക്കട നിശ്ചലമായി. ആളുകൾ കടവിലേക്ക് ഓരോരുത്തരായി വന്നുതുട ങ്ങി. പതിയാട്ടി ഉറഞ്ഞുതുള്ളി. ജനം ഇതെന്ത് പറ്റിയെന്ന ഭാവത്തിൽ ചുറ്റും വന്നു നിരന്നു. ഭഗവതിയുടെ അനുഗ്രഹമാണെന്നു പലരും പുച്ഛം പുച്ഛം പറയാൻ തുടങ്ങി.

"പിന്നെ ഭഗവതി! ഇവർക്കെന്തോ ജന്നിയോ മറ്റോ ആണ്. ആശുപ ത്രിയിലാക്." കുട്ടൻപിള്ള പറഞ്ഞു. എന്നിട്ടയാൾ കാര്യങ്ങളെല്ലാം പതി

യാരോടു ചോദിച്ചറിഞ്ഞു. കാര്യങ്ങളെല്ലാം കേട്ടപ്പോൾ അയാൾക്കും മന
സിലൊരങ്കലാപ്പ്. വല്ല പേയോ പിശാചോ വല്ലതും കേറിയോ? അതോ
ദേവിതന്നെയോ?

"വെള്ളത്തിനടിയിൽ വല്ല ശവവും വന്നടിഞ്ഞതു കണ്ട് ഇവരു പേടി
ച്ചതാണോ?" മാധവൻമാഷ് വന്നുചോദിച്ചു.

"അല്ല ദേവിതന്നെയാ." പതിയാരുപറഞ്ഞു.

ആർക്കും മുങ്ങിനോക്കാൻ ധൈര്യം പോര. ഒടുക്കം കുടിയൻ പാക്ക
രൻ വെള്ളത്തിൻ മുങ്ങി നിവർന്നു പറഞ്ഞു: "സംഗതി ശരിയാ. വെള്ള
ത്തിനടിയിൽ ഒരു വിഗ്രഹം." അതുകേട്ട് പാറോതി പതിയാട്ടി ഭക്തി ലഹ
രിയിൽ ഉറഞ്ഞുതുള്ളി. ഗ്രാമം അതു കണ്ടു ഭക്തിസാന്ദ്രമായി കൈകൾ
കുപ്പി. പള്ളിക്കലോറിന്റെ തീരത്തേക്കു ജനം പ്രവഹിക്കാൻതുടങ്ങി.
പാറോതി പതിയാട്ടിയെയും താങ്ങിപ്പിടിച്ച് ജനം അവരുടെ വീട്ടിലേക്ക്
നടന്നു. അവർ മുടിയഴിച്ചാടി. പിച്ചുംപേയും പറയാൻ തുടങ്ങി. അതു
കണ്ടവരുടെ ഏഴുമക്കളും വാവിട്ടു കരഞ്ഞു. പതിയാര് കണ്ണുമിഴിച്ചു
നിന്നു. നാട്ടുകാർ പൂക്കളും വസ്ത്രങ്ങളുമായി വരാൻ തുടങ്ങി. പതിയാ
രുടെ ചെറ്റപ്പുര അണിഞ്ഞൊരുങ്ങിത്തുടങ്ങി. പുറത്തു പന്തലുയർന്നു.
കുമാരന്റെ ചായക്കട പിറുപിറുത്തു:

"പാറോതി പതിയാട്ടിയാണിനി നമ്മുടെ ഗ്രാമത്തിന്റെ ഐശ്വര്യം.
ഈശ്വരാനുഗ്രഹം കിട്ടിയ ഇതുപോലുള്ളവരിലൂടെ എത്രയേറെ ഗ്രാമ
ങ്ങൾ രക്ഷ പ്രാപിച്ചിരിക്കുന്നു."

"ഓ! പിന്നെ ഇതൊക്കെ വെറും അടവാ. കാശ് ഉണ്ടാക്കാൻ ഉള്ള
ഓരോരോ വേലത്തരങ്ങൾ." കേശവൻ പറഞ്ഞു.

"നീ കമ്മ്യൂണിസ്റ്റായതുകൊണ്ടാ ഇങ്ങനൊക്കെ പറയുന്നേ!" അല്ലെ
ങ്കിൽത്തന്നെ ദേവിക്കു കേറാൻ ഈ പതിയാട്ടീടെ ശരീരമേ കണ്ടുള്ളോ?
അയിത്തക്കാരുടെ ദേഹത്ത് വല്ല ഈശ്വരനും കേറുമോ!" കിട്ടുണ്ണിക്കു
റുപ്പാണതു പറഞ്ഞത്.

അതുകേട്ട് വേലപ്പനു ദേഷ്യം മൂത്തു.

"എന്താ കേറിയാൽ ദേവിക്കു പനിപിടിക്കുമോ?"

വർത്തമാനം വഷളാവുന്നതുകണ്ട് മാധവൻമാഷ് ഇടപെട്ടു.

"എന്തായാലും പാറോതി പതിയാട്ടിക്കല്ലേ അങ്ങനെയൊരനുഭവം
ഉണ്ടായുള്ളൂ. ഇപ്പോത്തന്നെ അനുഗ്രഹം വാങ്ങാൻ എവിടെന്നൊക്കെയാ
ആളുകൾ വരുന്നത്. മണ്ണായാലും പൂവായാലും ഈശ്വരസാന്നിധ്യമുണ്ടാ
യാൽ അവിടം ക്ഷേത്രമാ.."

"അല്ല, പാറോതി പതിയാട്ടിക്കു ചുറ്റും ആളുകൾ വന്ന് കൂടുന്നത
ല്ലാതെ ദേവിയെ കരകയറ്റാനുള്ള ശ്രമങ്ങളൊന്നും ആരും നടത്തുന്നില്ലേ?"

കൃഷ്ണൻ നായർ തന്റെ നരച്ച താടിരോമമുഴിഞ്ഞു കൊണ്ടു ചോദി
ച്ചു.

"അതിപ്പം ദേവസ്വക്കാരോ അമ്പലക്കമ്മിറ്റിക്കാരോ തീരുമാനിക്കേണ്ട
കാര്യമല്ലിയോ?"

"ഭാസ്കരനുണ്ണിത്താൻ വിവരം അറിഞ്ഞോ?"

"അറിഞ്ഞു... അയാളു കുറച്ചുമുമ്പ് ആറ്റിൻകരയിൽവന്നു നോക്കി യിട്ടു പോകുന്നതു കണ്ടു."

"എന്നാ പിന്നെ ഇനിയൊരു തീരുമാനമാകും."

പാറോതിയമ്മയുടെ വീട്ടിലേക്കു ജനം പ്രവഹിച്ചുകൊണ്ടേയിരുന്നു. രാത്രിയിൽ പെട്രോൾ മാക്സ് പ്രഭ ചൊരിഞ്ഞു. ആരോ വീടിനു മുമ്പിൽ ഒരു വഞ്ചി പട്ടുതുണിയിൽ പൊതിഞ്ഞു കൊണ്ടുവച്ചു. വളരെ വേഗം അതു നിറഞ്ഞുതുളുമ്പി. ആറ്റിൻനിന്നു ദേവീവിഗ്രഹത്തെ ഉയർത്തുന്ന തിനുവേണ്ടി കരയോഗം കൂടി നാട്ടുപ്രമാണികൾ പള്ളിക്കലൊറിന്റെ തീര ത്തുതന്നെ അമ്പലം പണിയണമെന്ന് ആവശ്യപ്പെട്ടു. പ്രതിഷ്ഠ ഉയർത്തു ന്നതിനുള്ള സമയം കുറിക്കാൻ ജ്യോത്സ്യരു നാണപ്പൻ വന്നു. അയാൾ തന്റെ നീണ്ട ചന്ദനക്കുറി ചുളുക്കി. ചിന്ത ഞൊറിഞ്ഞു. ഒടുക്കം കവടി നിരത്തി. ശംഖു പകുത്തു. എണ്ണി തിട്ടപ്പെടുത്തി. കാലം കുറിച്ചു. "കർക്കി ടകം കഴിഞ്ഞു ചിങ്ങത്തിലെ അതിനു പറ്റിയ നേരമുള്ളൂ. വിഗ്രഹ ത്തിൽനിന്നും ദേവീചൈതന്യം പാറോതിയിലേക്ക് പ്രവഹിച്ചതുകൊണ്ട് അവരെ ഇക്കാലമത്രയും നന്നായി പോറ്റണം. അശുദ്ധി വരുത്തരുത്." അതുകേട്ട് ജനം പാറോതിയമ്മയുടെ വീട്ടിലേക്കൊഴുകാൻ തുടങ്ങി. കുറച്ചു ദിവസങ്ങൾക്കുള്ളിൽ അവരുടെ ചെറ്റപ്പുരയ്ക്കു മുമ്പിൽ ഭംഗി യുള്ള ഭജനപ്പുര ഉയർന്നു. വീട്ടിലേക്കു വൈദ്യുതി വന്നു. കാവിപുതച്ച് ഊരുചുറ്റിനടന്ന വടക്കാശ്ശേരിയിലെ കൃഷ്ണൻനായരു പാറോതിയമ്മ യുടെ സേവകനായി വന്നുകൂടി. പാറോതിയമ്മ പുതിയ പുരയിൽ കുര ണ്ടിപ്പുറത്തിരുന്നു. പൂവും വെള്ളവും ജപിച്ചെറിഞ്ഞു. തീർത്ഥം കുടി ക്കാൻ ഗ്രാമം ദാഹിച്ചും വലഞ്ഞും ഉന്തുംതള്ളും നടത്തി. കർക്കിടക കറുപ്പു പെയ്തൊഴിഞ്ഞു. ചിങ്ങനിലാവു പരന്നു. അത്തം ഉദിച്ചു. പത്തു കവിഞ്ഞാൽ പ്രതിഷ്ഠ കരകയറ്റാനുള്ള ശ്രമം തുടങ്ങും. പ്രതിഷ്ഠ കര കയറ്റും മുമ്പ് പാറോതിയമ്മയ്ക്ക് സ്വർണവും വെള്ളിയും കാഴ്ചവയ്ക്ക ണം. നാലഞ്ചുപവൻകൊണ്ട് ഒരു കിരീടം പണിത് പാറോതിയമ്മയ്ക്ക് കാണിക്ക നൽകുമെന്ന് ചെത്തുകാരൻ വാസുവിന്റെ മകൻ ഷാപ്പു കോൺട്രാക്ടർ പറഞ്ഞു. അയാളൊരു ദിവസം കരക്കാരു നോക്കി നിൽക്കെ പാറോതിയമ്മയുടെ തലയിൽകിരിടം ചൂടി അനുഗ്രഹം തേടി. പാറോതിയമ്മ ഉറഞ്ഞുതുള്ളി പൂവാരി വിതറി. പാറോതിയമ്മയുടെ വളർച്ച കണ്ട് അസൂയ മൂത്ത അവിശ്വാസികൾ കൊതിയും നുണയും പറഞ്ഞുപരത്താൻ തുടങ്ങി. കൃഷ്ണൻ നായരും പാറോതിയമ്മയും തമ്മിൽ അവിഹിതബന്ധമുണ്ടത്രേ! കേട്ടവർ കേട്ടവർ ഇരുചെവിയറി യാതെ അതൊതുക്കി. പാറോതിയമ്മയുടെ ശാപം ഇപ്പോൾക്കിട്ടിയാൽ അതു ദേവീശാപമാ. തലമുറ തലമുറ അതു പടർന്നേക്കും. സാക്ഷാൽ ദേവിക്കെതിരെ അപവാദം പറയുന്നതുപോലല്ലിയോ ഇത്. അപവാദം അതുകൊണ്ടുതന്നെ വേഗം കെട്ടടങ്ങി. പതിയാനെന്നിട്ടും സംശയം ബാക്കി. രാത്രിരാത്രി പാറോതിയെന്തിനാ ആ കൃഷ്ണൻനായരോടൊപ്പം

പൂജയ്ക്കാന്നും പറഞ്ഞ് മുറിക്കുള്ളിൽ കേറി കതകടയ്ക്കുന്നത്. അവ രതു പുച്ഛംപുച്ഛം പുറത്തുപറയാൻ തുടങ്ങിയപ്പം വിശ്വാസികൾ ഉപദേ ശിച്ചു. "ദേവീകടാക്ഷം നിങ്ങൾക്കു കിട്ടിയിരിക്കുകയാ. നിങ്ങളായി നടന്ന് അതു നശിപ്പിക്കരുത്. നിങ്ങളുടെ ദാരിദ്ര്യമെല്ലാം വളരെവേഗം മാറിക്കൊ ള്ളും. ഇപ്പോത്തന്നെ എവിടെന്നൊക്കെയാ ആളുകൾ വരുന്നെ. ഒരു കാറെ ങ്കിലും വരാത്ത ദിവസം ഉണ്ടോ? നമ്മുടെ ഗ്രാമമാകെ വളരുകല്ലിയോ." പതിയാനതു കേട്ടൊന്നടങ്ങി. അയാൾക്കു കള്ളുമോന്താനിഷ്ടംപോലെ കാശ് കൃഷ്ണൻനായരു കൊടുത്തു. അയാൾ രാത്രി മുഴുവൻ കുടിച്ചു പെടുത്തു. ചിങ്ങനിലാവ് ഒന്നടങ്ങിയപ്പം കൊട്ടും കുരവയുമായി ജനം പള്ളിക്കലൊറിന്റെ കരയിലേക്കു വന്നു. ആഴിയിൽ തേങ്ങ വെന്ത മണം പരന്നു. ആണും പെണ്ണും കരകവിഞ്ഞൊഴുകി. പോലീസുകാരുടെ തല തുള്ളിക്കളിച്ചു. കരുത്തുള്ളആമ്പുള്ളേരു വെള്ളത്തിൽ മുങ്ങിപ്പൊങ്ങി. മന്ത്രങ്ങൾ ഉരുക്കഴിച്ചു. അതു ചുഴലിക്കാറ്റായി രൂപം പ്രാപിച്ചു. വെന്ത നെയ്യുടെ മണം കേട്ടു കൊടുങ്കാറ്റിനു ലഹരി പിടിച്ചു. അതുറഞ്ഞുതു ള്ളി. അതുകണ്ട് ജനം ആരവമുതിർത്തു. വെള്ളത്തിൽ മുങ്ങി നിവർന്ന് വേലപ്പൻനായരു പറഞ്ഞു:

"തിരുമേനി വിഗ്രഹം തലകുത്തി നിൽക്കുവാ. പത്തോ ഇരുപത്തി യഞ്ചോ ആളു വന്നു പിടിച്ചാലും ഇതനങ്ങുന്ന ലക്ഷണമില്ല."

ജ്യോത്സ്യരു വീണ്ടും കവടി നിരത്തി.. ഏലോ.. ഏലേലോ... ഹര ഹരോ ഹരഹര... വടം മുറുകി കരഞ്ഞു.

ജ്യോത്സ്യർ ഒടുക്കം വാ തുറന്നു. പാരോതിയമ്മയുടെ സമ്മതം വാങ്ങണം. തിരുമേനിയും പരിവാരങ്ങളും അവിടേക്കു പാഞ്ഞു. പാരോ തിയമ്മ പറഞ്ഞു: "ദേവി കേറിപ്പോരെ."

ജനം അതുകേട്ടു കുരവ ഉതിർത്തു. ജനം ഒത്തുപിടിച്ചു. വടം വലിഞ്ഞു മുറുകി, നിലവിളി തുടങ്ങി. ഒടുക്കം വിഗ്രഹം തലകുത്തി മറി ഞ്ഞു: വെള്ളത്തിൽ മുങ്ങി നിവർന്നു. അതുകണ്ട് അലക്കുകല്ല് വെള്ള ത്തിൽ താണു മറഞ്ഞു. ചന്തി തേഞ്ഞൊരു വിഗ്രഹം പള്ളിക്കലൊറിന്റെ കരയിൽ കേറിയിരുന്നു. ഗ്രാമം പ്രാർത്ഥനാനിർഭരമായി. വിഗ്രഹം മണൽപ്പ രപ്പിലേക്കു തലചായ്ച്ചു. ജനം ഉച്ചത്തിൽ നാമംജപിച്ചുകൊണ്ട് വിഗ്രഹ ത്തിലേക്കു കമിഴ്ന്നു വീഴാൻ തുടങ്ങി. പൊറ്റിമാരുടെ മേലു നോവാൻ തുടങ്ങിയതോടെ പോലീസ് ഇടപെട്ടു. ലാത്തിവീശി ജനത്തെ ഓടിക്കാൻ തുടങ്ങി. കരപ്രമാണിമാരും പൊറ്റിമാരും ഒത്തുകൂടി.

"ഇത് ദേവീവിഗ്രഹമല്ല." പൊറ്റി പറഞ്ഞു.

"പിന്നെന്തു വിഗ്രഹമാ."

"കരിമാടിക്കുട്ടൻ! മാവേലികര പുറമ്പോക്കിലിരിക്കുന്ന ബുദ്ധച്ഛൻ. ഇതു പള്ളിക്കപ്പുത്രൻ!"

"അതെ ഇതു ബുദ്ധനാ. വിഗ്രഹം കണ്ടാലറിഞ്ഞുകൂടെ. പള്ളിക്ക പ്പുത്രൻ."

"ഞങ്ങളു പോണു." പൊറ്റിമാരു പറഞ്ഞു.

പോറ്റിമാർ ഒഴിഞ്ഞതോടെ ജനം പള്ളിക്കൽപ്പുത്രനെ തൊട്ടും തലോ
ടിയും നോക്കിക്കണ്ടു. പോലീസുകാർ പഞ്ചായത്ത് പ്രസിഡന്റ് ഭാസകര
നുണ്ണിത്താനുമായി കൂടിയാലോചിച്ചു

"മ്യൂസിയക്കാരെയോ, ആർക്കിയോളജി വകുപ്പിനെയോ വിവരം അറി
യിക്കുക."

ജനം നാലുപാടും ചിതറിത്തെറിച്ചു. പാറോതിയമ്മ പള്ളിക്കലൊറിന്റെ
കരയിൽ വന്ന് ഉറഞ്ഞു തുള്ളുന്നതു കണ്ട് ജനം ഒരു ഇളിഭ്യച്ചിരിയോടെ
പുറംതിരിഞ്ഞു നടന്നു.

പാറോതിയമ്മയുടെ വീട്ടിലേക്കുള്ള ആളുവരവ് കുറയാൻ തുടങ്ങി.
ആളും പുത്തനും വരാതായതോടെ വടക്കാശ്ശേരിയിലെ കൃഷ്ണൻനാ
യരും പടിയിറങ്ങി. അതുകണ്ട് പാറോതിയമ്മ ഉറഞ്ഞുതുള്ളി. പതി
യാരതു കണ്ട് പാറോതിയമ്മയ്ക്കിട്ടു രണ്ടുപെടപെടിച്ചു. അവരുടെ
തുള്ളലു നിന്നു.

"പോയി കഞ്ഞിവയ്ക്കെടീ.." അയാൾ അലറി.

"ഇനിയെങ്ങനെ ജീവിക്കുമോ.. ആരു നമുക്കിനി തുണി തരും"
അയാൾ കേഴാൻ തുടങ്ങി.

അതുകേട്ട് പാറോതിപതിയാട്ടി തന്റെ തൊണ്ട കീറി പറഞ്ഞു.

"ഇത്രയും കാലം നിങ്ങള് അലക്കീട്ട് എന്തോ പുളുത്തി. ദാ കണ്ടോ
മുറ്റത്തു രണ്ടു മുറിയിലൊരു വീടുണ്ടായത്. കാർത്തിയായനിക്കും കമ
ലാക്ഷിക്കും കാതിലും കഴുത്തിലും പൊന്നായില്ലിയോ? ഇനി ഒരാറുമാ
സത്തേക്കുള്ളവകയെങ്കിലും വഞ്ചിയിൽകാണും. ഇതൊക്കെ ഈശ്വരാ
നുഗ്രഹം കൊണ്ടുണ്ടായതല്ലിയോ?"

സംഗതി ശരിയാണെന്ന് അയാൾക്കും തോന്നി. 'ദേവീ മഹാമായേ'
അയാൾ അറിയാതെ പിറുപിറുത്തു. എന്നിട്ടെന്തോ ഓർത്തമാതിരി മുഖം
ചുളിച്ചു.

"നമ്മുടെ കഷ്ടകാലത്തിനാ അതു പള്ളിക്കപ്പുത്രനോ പള്ളിക്കല
ച്ഛനോ മറ്റോ ആയത്" അയാൾ പറഞ്ഞു: "നാട്ടുകാർ ഇനിയിപ്പം തുണി
തന്നില്ലെങ്കിലും നമ്മളെയൊന്നും പുളുത്താനില്ലാ. നാടുവിട്ടു ജോലി
ചെയ്തു നമ്മൾ ജീവിക്കും." പാറോതി പതിയാട്ടി പറഞ്ഞു.

"പള്ളിക്കൽപുത്രനെന്നുപറഞ്ഞാ എന്തോന്നാ?"

"കരുമാടിക്കുട്ടനോ മറ്റോ ആണെന്നാ കൃഷ്ണൻനായരു പറഞ്ഞേ."
പാറോതിപതിയാട്ടി പറഞ്ഞു.

കൃഷ്ണൻനായരെന്നു കേട്ടതും പതിയാനു വീണ്ടും കലിയിളകി.
"നീയവന്റെ പേരിനി ഉച്ചരിക്കരുത്. ഏഴു മക്കളെ പെറ്റവളാ അല്ലെങ്കിൽ
നിന്നെ ഞാനിവിടുന്നടിച്ചിറക്കിവിട്ടേനെ,.."

അതുകേട്ട് പാറോതി പതിയാട്ടി മോങ്ങാൻ തുടങ്ങി.

"അവളുടെ ഒരു ഒടുക്കത്തെ കരച്ചില്." അയാൾ വെള്ളമുണ്ടുടുത്തു
പുറത്തേക്ക് ഇറങ്ങി. പള്ളിക്കൽപ്പുത്രൻ ആറ്റുതീരത്തു മുഖമടച്ചു കിട
ക്കുന്നു: 'പിള്ളേര് അതിന്റെ മുകളിലിരുന്ന് ആനകളിക്കുന്നു. അവരുടെ

പാട്ടും ബഹളവും കേട്ട് കുഞ്ഞൻപതിയാർക്കു കലിയിളകി. അയാൾ ശീഘ്രം നടന്നു. പള്ളിക്കൽപ്പുത്രന്റെ തേഞ്ഞ ചന്തിക്കീഴിൽ ഒരു നായ ക്കുട്ടി ചുരുണ്ടുകൂടി കിടന്ന് തന്റെ ഉറക്കംതൂങ്ങുന്ന കണ്ണുകൾകൊണ്ട് അതു നോക്കി നിന്നു. പിള്ളേരുടെ ആരവം അകന്നകന്നുപോയി.

കരുമാടിക്കൂട്ടാ ഹോയ്
കുഞ്ഞപ്പൻചേട്ടാ ഹോയ്
പള്ളിക്കൽപ്പുത്രാ ഹോയ്
കുഞ്ഞപ്പൻചേട്ടാ ഹോയ്!

രണ്ട്

തിങ്കളാഴ്ച ഉച്ചകഴിഞ്ഞപ്പം ആർക്കിയോളജി വകുപ്പ് എന്നെഴുതിയ ഒരു ജീപ്പ് അരയാൽ ചുറ്റി പള്ളിക്കലൊറിന്റെകരയിൽ വന്നുനിന്നു. കുമാ രന്റെ ചായക്കടയിലിരുന്നു നാട്ടുവിശേഷം പറഞ്ഞുകൊണ്ടിരുന്ന കോലു നാരായണനും കൂട്ടരും വർത്തമാനം നിർത്തി പുറത്തിറങ്ങി. കുട്ടിയും കുറിഞ്ഞിയും കളിച്ചുകൊണ്ടിരുന്ന പിള്ളേരുകളി നിറുത്തി ജീപ്പിനു ചുറ്റും ഓടിക്കൂടി. ജീപ്പിന്റെ ഡ്രൈവർ പിള്ളേരെ ആട്ടിയകറ്റി. എന്നിട്ടും ചില പിള്ളേർ വണ്ടിയിൽ തൊട്ടും തലോടിയും നിന്നു. പാന്റും ഫയലുകളു മായി നാലഞ്ചു സാറന്മാരു ജീപ്പിൽ നിന്നിറങ്ങി. പഞ്ചായത്ത് പ്രസിഡന്റ് ഭാസ്കരനുണ്ണിത്താനെ വിളിക്കാൻ ആളുപോയി. കോലുനാരായണന്റെ നീണ്ടുമെലിഞ്ഞ ശരീരം നോക്കി ചപ്രാത്തലയുള്ള സാറു ചോദിച്ചു; "എവിടാ ബുദ്ധവിഗ്രഹം കിടക്കുന്നത്? അയാൾ തന്റെ തോളിൽ കിടന്ന രണ്ടാംമുണ്ടെടുത്തു കുടഞ്ഞു പുതച്ചു?" വാരിയെല്ലുകളതു കണ്ട് ഒന്നു തെളിഞ്ഞു ചിരിച്ചു. കോലുനാരായണന്റെ കോലുപോലത്തെ കൈ ആറ്റിൻകരയിലേക്കു നീണ്ടു. സാറന്മാർ ഇംഗ്ലീഷിൽ ഓരോന്നും സംസാ രിച്ചുകൊണ്ടിരുന്നു. 'ബുദ്ധാ... ബുദ്ധാ..' എന്നു മാത്രമേ നാട്ടുകാർക്കു പിടികിട്ടിയുള്ളു. ജീപ്പ് ആലിൻചുവട്ടിൽ കിടന്ന് ഇരച്ചു പുകതുപ്പാൻ തുട ങ്ങി. ആലിന്റെ വളർന്നു മുറ്റിയ താടിരോമങ്ങൾ പുകപടലങ്ങളിൽ ഒളി ച്ചു. ഭാസ്കരനുണ്ണിത്താനും നാലഞ്ചു കരപ്രമാണിമാരും കൂടി പുരയിട ത്തിനു കുറുക്കു കേറി വന്നു. ഉദ്യോഗസ്ഥർ വിഗ്രഹത്തിൽ തൊട്ടും തലോ ടിയും നോക്കി. മണത്തും നക്കിയും നോക്കി. ടേപ്പു കൊണ്ടൊന്നളന്നു. കൊട്ടുവടികൊണ്ട് കൊട്ടിനോക്കി. എന്നിട്ടു പറഞ്ഞു. ഇതു കാലം കുറെ പഴക്കമുള്ളതാ. ഇതുകേട്ട് ഭാസ്കരനനുണ്ണിത്താൻ ചോദിച്ചു 'എത്ര വരും?' ഉദ്യോഗസ്ഥനതു കേട്ടൊന്നു പരുങ്ങി. എന്നിട്ട് ഇത്തിരി ദേഷ്യം നടിച്ചു ചോദിച്ചു. "താങ്കളാരാ? ഇതുകേട്ട് അടുത്തുനിന്നിരുന്ന മെമ്പർ പരീതു പിള്ളപറഞ്ഞു:

"ഇതു പഞ്ചായത്തുപ്രസിഡന്റ് ഭാസ്കരൻ ഉണ്ണിത്താൻ."
"ഓഹോ." ഉദ്യോഗസ്ഥന്റെ മുഖത്തേ പേശികൾ അയഞ്ഞു. എന്നിട്ടു കുശലഭാവത്തിൽ പറഞ്ഞു. "ഒരുപത്തു നൂറ്റാണ്ടിനപ്പുറം പോവും.

കണ്ടോ എത്രകണ്ടു പൂപ്പലുപിടിച്ചിരിക്കുന്നു." അയാൾ വീണ്ടും പൂപ്പ
ലുചൊറിഞ്ഞിളക്കിക്കൊണ്ടുപറഞ്ഞു:

"സാറേ ഈ ബുദ്ധപ്രതിമ ഇവിടെ സ്ഥാപിച്ചാ സർക്കാരിൽനിന്നും
പഞ്ചായത്തിനു വല്ല ഗുണവും കിട്ടുമോ?"

"വല്ല ധനസഹായവും?" മെമ്പർ പരീതുപിള്ള പഞ്ചായത്ത് പ്രസി
ഡന്റിന്റെ ചോദ്യം കുറച്ചുകൂടെ വ്യക്തമാക്കുന്ന തരത്തിൽ പറഞ്ഞു.

"ഇതിവിടെ സ്ഥാപിക്കാനൊന്നും പോണില്ല. തിരുവനന്തപുരത്തെ
മ്യൂസിയത്തിലേക്കു കൊണ്ടുപോയാലോന്നാ ആലോചന."

"അല്ല പള്ളിക്കലോറിന്നു കിട്ടിയ സ്ഥിതിക്ക് ഏതെങ്കിലും ഒരു ധന
സഹായം പഞ്ചായത്തിനു കിട്ടേണ്ടതല്ലേ?"

"അതിനൊന്നും സാദ്ധ്യതകാണുന്നില്ല."

"എന്നാ നമുക്കൊരു പൊതുയോഗമെങ്കിലും സംഘടിപ്പിക്കണം."
പഞ്ചായത്തു പ്രസിഡന്റ് പറഞ്ഞു.

"അതു വേണമെങ്കിലാവാം." ഉദ്യോഗസ്ഥരിലൊരാൾ പറഞ്ഞു.

"പുരാവസ്തുക്കളുടെ ചന്തിക്കു തുണിയലക്കുന്നത് എത്ര മ്ലേച്ഛമായ
പരിപാടിയാ" ചപ്രാത്തലയുള്ള ഉദ്യോഗസ്ഥൻ രോഷം പൂണ്ടു.

"ആ പതിയാന്റെയും പതിയാട്ടീടേം പേരിൽ വല്ല കേസുമെടുക്കാൻ
വകുപ്പുണ്ടോ" നാട്ടുകാരിലാരോ ചോദിച്ചു.

"ഓാ കേസും പൊല്ലാപ്പുമൊന്നുംവേണ്ട" പഞ്ചായത്ത് പ്രസിഡന്റ്
പറഞ്ഞു. ഫയലുകളിൽ മുങ്ങിത്തപ്പിക്കൊണ്ടിരുന്ന ഒരു ഉദ്യോഗസ്ഥൻ
തലയുയർത്തി പറഞ്ഞു:

"ബോധവൽക്കരണപരിപാടികൾക്ക് കാശ് വ്യയംചെയ്യുന്നതിന് വകു
പ്പുണ്ടോന്ന് പരിശോധിച്ചറിയിക്കാം. അപ്പോൾ പ്രസിഡന്റ് വേണ്ടുന്ന
സൗകര്യങ്ങളൊക്കെ ചെയ്യണം."

ഭാസ്കരനുണ്ണിത്താൻ അതുകേട്ട് തന്റെ അലക്കിത്തേച്ച ഖദറിന്റെ
കോളർ ഒന്നു നിവർത്തി മടക്കി. കണ്ണുകൾ വികസിച്ചു. "മീറ്റിങ്ങിന്റെ
കാര്യമൊക്കെ ഞാനേറ്റു. അതേക്കുറിച്ചു സാറന്മാരു വേവലാതിപ്പെടണ്ട
ചെത്തുകാരൻ വേലപ്പനെ കേറ്റി അടുത്ത തെങ്ങിൽനിന്നു കരിക്കു വെട്ടി
വീഴ്ത്തി, ചുവടു വെട്ടി മെമ്പർ പരീതുപിള്ള കുഞ്ഞഹമ്മദുഹാജിയുടെ
പലചരക്കുകടയിൽ നിന്നു കുടിക്കാനുള്ള സ്ട്രോ വാങ്ങിക്കൊണ്ടുവന്നു.
ആർക്കിയോളജി വകുപ്പിലെ സാറന്മാരു കരിക്കിൽ സ്ട്രോയിട്ടു ഉറുഞ്ചി
ഉറുഞ്ചി കുടി തുടങ്ങി. പിള്ളേരതു നോക്കി തുപ്പലു വിഴുങ്ങി നിന്നു.
സാറന്മാരു കുടിച്ചുകളഞ്ഞ കരിക്കിൻതൊണ്ടിനായി പിള്ളേരു കടിപിടി
തുടങ്ങി. അതു നോക്കി ഭാസ്കരനുണ്ണിത്താൻ പിള്ളേരെ ആട്ടിയകറ്റി.
അതിനു പിന്നാലെ പിള്ളേരുടെ കൂട്ടവും ഓടിമറഞ്ഞു. ജീപ്പു വീണ്ടും
കിടന്നു പുകതുപ്പാൻ തുടങ്ങി. ഡ്രൈവർ പള്ളിക്കലൊറിൽനിന്നു വെള്ളം
മുക്കിക്കൊണ്ടുവന്നു. ജീപ്പിന്റെ മൂടി തുറന്ന് കടകടാന്നു കമഴ്ത്തി.
വീണ്ടും വണ്ടി കിടന്ന് ചുമച്ചുതുപ്പാൻ തുടങ്ങി. ഒടുക്കം പിള്ളേരും നാട്ടു
കാരും ആലിനു ചുറ്റും വണ്ടി തള്ളിത്തള്ളി നടന്നു. ജീപ്പിന്റെ പുകക്കുഴ

ലുകൾ നിന്നു വിറച്ചു. അതുകണ്ടു ഡ്രൈവർ നെടുവീർപ്പിട്ടു. സാറന്മാര്‍
ഓടി വന്നു. ജീപ്പിൽ കയറി. ജീപ്പു പൊടി പറത്തി പാഞ്ഞുപോകുന്നതു
നോക്കി പിള്ളേരും നാട്ടുകാരും ആലിൻചുവട്ടിൽ വാ പൊളിച്ചു നിന്നു.
പള്ളിക്കലൊറിന്റെ കരയിൽ കിടന്നു പള്ളിക്കല്‍ പുത്രൻ കണ്ണുമിഴിച്ചു.
അതുകണ്ട് അരയാലിലകൾ വിറച്ചു തുള്ളി. ദിവസങ്ങൾ പലതു കഴി
ഞ്ഞു. പള്ളിക്കൽ പുത്രന്റെ തോളിൽ കേറി പിള്ളേര്‍ ആനകളിച്ചു.
കാക്കകൾ നായ്ക്കണ്ടികൾ കൊത്തിയെടുത്തു പള്ളിക്കൽപ്പുത്രന്റെ
ചന്തിയിൽ വച്ചു കൊത്തിവിഴുങ്ങി. മുണ്ടികൾ മീൻവേട്ട കഴിഞ്ഞു പള്ളി
ക്കൽപ്പുത്രന്റെ തോളിലിരുന്നു വിശ്രമിച്ചു. പാറോതി പതിയാട്ടിയുടെയും
പതിയാന്റെയും തലവെട്ടം പള്ളിക്കലൊറ്റിൽ കണ്ടുതുടങ്ങി. അവർക്ക് അല
ക്കാൻ കല്ല് ഇല്ലാതെ എവിടെനിന്നോ അവിടൊരു കല്ല് കൊണ്ടിട്ട് മുണ്ടും
ഉടുപ്പം കുത്തിപ്പിഴിഞ്ഞു. "ആ പഴയ കല്ലിന്റെ സുഖമിതിനില്ല. അതെത്ര
നല്ല കല്ലായിരുന്നു. നിങ്ങളൊരുത്തനാ ഈ പണിയൊക്കെ പറ്റിച്ചേ." അയാ
ളതു കേട്ട ഭാവം നടിക്കാതെ മുണ്ടു ഞൊറിഞ്ഞടിച്ചു. അതുകണ്ട് പതി
യാട്ടി ഒന്നു കുണുങ്ങി ചിരിച്ചു. പിന്നെ വെള്ളത്തിലിറങ്ങി മുങ്ങി നിവർന്നു
പരൽമീൻകുഞ്ഞുങ്ങൾ പതയിൽ കിടന്നു കൈകാലിട്ടടിച്ചു. പതിയാനും
പതിയാട്ടിയും പള്ളിക്കലൊറിന്റെ കരയിൽ മുഖം കുത്തി കിടക്കുന്ന പള്ളി
ക്കൽപ്പുത്രനെ നോക്കി നെടുവീർപ്പിട്ടു. അതിന്റെ കുഴിഞ്ഞ ചന്തി അവരെ
നോക്കി പരിചിതഭാവത്തോടെ പുഞ്ചിരിതുകി. കുറച്ചു ദിവസങ്ങൾ കഴി
ഞ്ഞപ്പോൾ കാമറയും തൂക്കി ഒരാൾ ആലിൻചുവട്ടിൽ വന്നു ചുറ്റിത്തി
രിഞ്ഞു. കുമാരന്റെ ചായക്കടയിൽനിന്ന് വാസുദേവൻ അയാളുടെ അരി
കിൽ വന്നു ചോദിച്ചു:

"ആരാ?"

"പത്രക്കാരനാ, പള്ളിക്കൽപുത്രനെവിടാ കിടക്കുന്നേ?"

"ദേ അവിടെ."

അയാൾ പള്ളിക്കൽപ്പുത്രനെ തിരിച്ചുംമറിച്ചും ഫോട്ടോ എടുത്തു.
എന്നിട്ടു ചായക്കടയിൽ കയറിവന്നു. ചായക്കടക്കാരൻ കുമാരൻ തന്റെ
കുത്തിമടക്കിയ മുണ്ടഴിച്ചിട്ടു.

പത്രക്കാരൻ പറഞ്ഞു: "ഒരു ചായ"

കുമാരൻ ചായയെടുക്കാൻ തിരക്കുകൂട്ടി. അതുകണ്ട് പത്രക്കാരൻ
പറഞ്ഞു: "പതിയെ എടുത്താൽ മതി."

"പള്ളിക്കൽപ്പുത്രനെ എന്നാ കിട്ടിയത്?"

"സാറെ അതിപ്പം രണ്ടു മൂന്നുമാസമെങ്കിലും ആയിക്കാണും."

"ആരാ അതു കണ്ടുപിടിച്ചത്?"

"അതു പതിയാനും പതിയാട്ടിയുമാ."

"അവരെവിടാ താമസം?"

"അവരങ്ങു പുലിക്കുന്നുമലയിലാ."

"ഞാനൊന്നു നോക്കട്ടെ." പത്രം തിരിച്ചും മറിച്ചും നോക്കിയിരുന്ന
കോലുനാരായണൻ മുറ്റത്തിറങ്ങി നോക്കിയിട്ടു പറഞ്ഞു.

"അവരു ദാണ്ടെ മുണ്ടലക്കുന്നു."

അതു കേട്ടതും പത്രക്കാരൻ ക്യാമറയും തൂക്കി പുറത്തേക്കു ചാടി. അയാളുടെ പിന്നാലെ സാറെ ചായയെന്നും പറഞ്ഞ് കുമാരൻ ഇറങ്ങി. അത് ഒറ്റ ഇറക്കിനു വാങ്ങിക്കുടിച്ച് പൈസയും കൊടുത്തു പത്രക്കാരൻ പള്ളിക്കലൊരിനരികിൽ വന്നുവിളിച്ചു.

'പതിയാരെ നിങ്ങളാണോ പള്ളിക്കൽപുത്രനെ കണ്ടുപിടിച്ചത്? അയാളതു കേട്ടു ഒന്നു ഭയന്നു. കണ്ണുമിഴിച്ചുള്ള അയാളുടെ നോട്ടവും ഭാവവും കണ്ട് പത്രക്കാരൻ പറഞ്ഞു.

'ഞാൻ പത്രക്കാരനാ പേടിക്കണ്ട."

അതു കേട്ട് കുഞ്ഞപ്പൻപതിയാര് ഒന്നു ശ്വാസം വിട്ടു. പിന്നെ പറ ഞ്ഞു: "ഞാനും എന്റെ പെമ്പൊന്നോരുംകൂടിയാ."

"പാരോതീ.."

പത്രക്കാരൻ രണ്ടുപേരെയും അടുത്തുവിളിച്ചു. പാരോതിയുടെ മാറിലും വയറിലും ജലകണങ്ങൾ തെളിഞ്ഞുനിന്നു. പത്രക്കാരൻ പാരോ തിയെ തിരിച്ചുംമറിച്ചും. നിറുത്തി പടമെടുത്തു. അതുകണ്ട് പാരോതിക്കു മേലു കോരിത്തരിച്ചു. പതിയാനും പതിയാട്ടിയും പള്ളിക്കൽപ്പുത്രന്റെ മോളിൽ കയറി ഇരിക്കുന്ന ഫോട്ടോയെടുത്തു. എന്നിട്ടു പത്രക്കാരൻ ചോദിച്ചു.

'പുരാവസ്തുക്കളെക്കുറിച്ചു സാമാന്യവിവരംപോലും സിദ്ധിച്ചിട്ടി ല്ലാത്ത നിങ്ങളെങ്ങനെയാണ് പള്ളിക്കൽപ്പുത്രനെ കണ്ടുപിടിച്ചത്?"

"അതു പാരോതി പറ." പതിയാൻ പറഞ്ഞു.

'സാറേ ഞാൻ ഉറക്കത്തിൽ ഒരു സ്വപ്നം കണ്ടു. ഞങ്ങൾ മുണ്ടല ക്കുന്ന കടവിൽ ഒരു ദിവ്യ തേജസ്സാർന്ന രൂപം കിടക്കുന്നതായിട്ട്. എന്റെ അച്ഛൻ കുട്ടൻ പതിയാരു സിദ്ധിയുള്ള ആളായിരുന്നു. എനിക്കു വരം തന്നിട്ടാ അച്ഛൻ കാശിക്കു പോയെ."

അതു കേട്ടു കുഞ്ഞപ്പൻപതിയാരു ചോദിച്ചു:

"എടീ നിന്റെ അച്ഛൻ എന്നാ കാശിക്കു പോയെ?"

അതു ശ്രദ്ധിക്കാതെ പത്രക്കാരനതു മുഴുവൻ ഒരു ചെറു ബുക്കി ലേക്കു പകർത്തുകയായിരുന്നു.

"സ്വപ്നദർശനം ഉണ്ടായപ്പം ഞാനത് ഇങ്ങേരോടു പറഞ്ഞു." അതു കേട്ട് കുഞ്ഞൻപതിയാരു പാരോതിയെ ഒന്നു നോക്കി. പാരോതി ആ നോട്ടത്തിലൊന്നു ചൂളി. പിന്നെ പറഞ്ഞുതുടങ്ങി:

"ഞങ്ങളു പിറ്റേദിവസം മുണ്ടലക്കാൻ വന്നപ്പം പള്ളിക്കലൊരുമുഴു വൻ മുങ്ങിത്തപ്പി. ഒടുക്കം ആറ്റിനടിയിൽ മണ്ണിൽപൊതിഞ്ഞ് പള്ളി ക്കൽപ്പുത്രൻ കിടക്കുന്നതു കണ്ടെത്തി."

"നിങ്ങൾക്കെന്തോ അനുഗ്രഹമോ മറ്റോ ഉണ്ടായെന്നാരോ ചായക്ക ടയിലിരുന്നു പറഞ്ഞുകേട്ടു."

"ശരിയാ സാറേ. പള്ളിക്കൽപ്പുത്രനെ കണ്ടതും എന്റെ മേത്തുടെ ഒരു പ്രകാശം വന്നുകേറി. അപ്പോ എനിക്കു ബോധം പോയി. ദേവീ

മഹാമായേ."

അവരു വിളിച്ചു. അതുകേട്ടു പതിയാരു പല്ലുഞെരിച്ചു. "സാറേ, ഞങ്ങൾക്കു ജീവിക്കാൻ ഒരു മാർഗ്ഗവുമില്ല. പള്ളിക്കൽപ്പുത്രനെ കണ്ടു പിടിച്ചുകൊണ്ട് ഞങ്ങൾക്കു വല്ല പെൻഷനും കിട്ടുമോ? സാറു ഞങ്ങൾക്ക് അതൊന്നു ശരിയാക്കിത്തന്നാ നൂറു പുണ്യം കിട്ടും." പാറോതി തന്റെ രണ്ടാം മുണ്ടെടുത്തു ഒരു ലാസ്യഭാവത്തോടെ ഒന്നു വിടർത്തി നേരെ യിട്ടു.

"ഞാനെഴുതാം" പത്രക്കാരൻപറഞ്ഞു.

അതുകേട്ട് പതിയാന്റെയും പതിയാട്ടിയുടെയും മനസ്സ് തണുത്തു. പത്രക്കാരൻ കാമറയും തൂക്കി ആലിൻചുവട്ടിലൂടെ നടന്നു മറഞ്ഞു. രണ്ടു മൂന്നുദിവസം കഴിഞ്ഞപ്പോ നാട്ടിൽ വാർത്ത പരന്നു. നമ്മുടെ പതി യാനും പതിയാട്ടിയും പള്ളിക്കൽപ്പുത്രന്റെ തോളിൽ കേറിയിരിക്കുന്ന ഫോട്ടോ ദേ പത്രത്തിലടിച്ചു വന്നിരിക്കുന്നു."

നാട്ടുകാര് പത്രത്തിന് പിടിച്ചുപറിയായി. പലരും അസൂയ മൂത്തു കാറിത്തുപ്പി. നോക്കണേ അവരുടെ ഓരോരോ ഭാഗ്യങ്ങള്. പള്ളിക്കൽപ്പു ത്രനെ കണ്ടുപിടിച്ചതിനിപ്പം അവർക്കു പെൻഷൻ കൊടുക്കണമെന്ന്. ഈശ്വരാ, നമ്മുടെ കണ്ണിലൊന്നും ഈ പള്ളിക്കൽപ്പുത്രൻ വന്നുപെട്ടിട്ടി ല്ലല്ലോ. കുമാരന്റെ ചായക്കട പത്രം ചവച്ചുതുപ്പി. പതിയാനും പതിയാ ട്ടിയും മുണ്ട് മണൽപ്പുറപ്പിൽ വിരിച്ചുണക്കുന്നതു ജനം കൗതുകപൂർവ്വം നോക്കിനിന്നു. "ഭാഗ്യം ഓരോരുത്തർക്ക് ഓരോ വഴിയിൽകൂടി വരുന്നു.' കോലുനാരായണൻ നെടുവീർപ്പിട്ടു. പഞ്ചായത്തു പ്രസിഡന്റ് ഭാസ്കര നുണ്ണിത്താൻ പത്രം കണ്ട് വിരളിപിടിച്ചു.' "ആ ജന്തുക്കടെ പടം ദാണ്ടെ പത്രത്തിലടിച്ചു വന്നിരിക്കുന്നു. ഇവിടെ ഒരു പഞ്ചായത്തു പ്രസിഡന്റുള്ള വിവരം അവർക്കറിയാത്തതല്ലല്ലോ. ഇനിയിപ്പം ആ നശിച്ച കല്ലെടുത്തു വെള്ളത്തിൽ കളയുന്നതാ ഇതിലും ഭേദം."

പള്ളിക്കൽപ്പുത്രൻ മണൽപ്പുറപ്പിൽ കിടന്നു ചുട്ടുപൊള്ളി ദിവസ ങ്ങൾ വീണ്ടും കൊഴിഞ്ഞുപോയി. ആർക്കിയോളജി വകുപ്പിൽ നിന്നാ രെയും അവിടെങ്ങും കണ്ടില്ല. പള്ളിക്കൽപ്പുത്രന്റെ മോളിൽ പിള്ളേര് ആന കളിച്ചു. കാക്കകൾ നായ്കണ്ടികൾ റാഞ്ചിക്കൊണ്ടുവന്നു കൊത്തി പ്പറിച്ചു. നായ്ക്കുട്ടി കാലുകവച്ചു പെടുത്തു. പിന്നെ തേഞ്ഞ ചന്തിക്കീ ഴിൽ ചുരുണ്ടുകൂടി കിടന്നു. പള്ളിക്കൽപ്പുത്രൻ പുഴിയിൽ മുഖംപൊത്തി കിടന്ന് ഉറക്കം നടിച്ചു.

മൂന്ന്

സുഗുണൻ തന്റെ പുസ്തകക്കുമ്പാരത്തിനുള്ളിൽ ബുദ്ധനെ അന്വേഷിക്കുകയായിരുന്നു. അക്ഷരങ്ങളുടെ വിടവിലൂടെ ബുദ്ധനെ യെന്നോ വലിച്ചു പുറത്തെറിഞ്ഞ കഥ പാവം സുഗുണനറിഞ്ഞിരിക്കില്ല. അക്ഷരങ്ങളായ അക്ഷരങ്ങളെല്ലാം നുള്ളിപ്പെരുക്കി ഏച്ചുകെട്ടി സുഗു

ണൻ തലപുകച്ചു. തലപുകഞ്ഞ് പുകഞ്ഞ് കണ്ണും മൂക്കും എരിഞ്ഞു. ഒടുക്കം ബുദ്ധനെ എഴുത്തുപലകയിലിട്ടു ശസ്ത്രക്രിയ ചെയ്തു. ബുദ്ധന്റെ ഉള്ളിൽ കുമ്പും കരളുമൊന്നും കാണാതെ സുഗുണൻ അസ്വസ്ഥത പൂണ്ടു. സുഗുണൻ ബുദ്ധനെ തലയിൽ ചുമക്കാൻ തുട ങ്ങിയിട്ട് കൊല്ലം നാലഞ്ചു കഴിഞ്ഞു. ഇനിയും യൂണിവേഴ്സിറ്റിയിൽ പേപ്പറു സബ്മിറ്റു ചെയ്യാനായിട്ടില്ല. ചുമ്മാ ഒരു തോന്നലിനു തെരഞ്ഞെ ടുത്ത സബ്ജക്ടാ. ഇൻഫ്ളുവൻസ് ഓഫ് ബുദ്ധിസം ഇൻസെൻട്രൽ ട്രാവൻകൂർ. പക്ഷേ, കാര്യങ്ങളന്വേഷിച്ചു തലതേഞ്ഞതല്ലാതെ അക്ഷര ങ്ങൾകുട്ടി യോജിപ്പിക്കാനിനിയും കഴിഞ്ഞിട്ടില്ല. തീസിസ് ഡിസംബറിൽ സബ്മിറ്റ് ചെയ്യുമെന്ന് സുഗ്രീവപ്രതിജ്ഞ ചെയ്തതാ. കാര്യത്തോടടു ക്കുമ്പം ഒന്നും നടക്കുന്നില്ല. അമ്മയോടുപറഞ്ഞാ ആ ഭാനുമതിച്ചേച്ചി യുടെ മക്കളാരെങ്കിലും കൂടോത്രം ചെയ്തതാണെന്നേ പറയൂ. ഇതു കൂടോത്രം കണ്ടകടച്ചാണിയുമൊന്നുമല്ല. ഇതക്ഷരങ്ങൾക്കിടയിലെ ശൂന്യ തയാണ്. അതു നികത്താതെ എങ്ങനെ അക്ഷരങ്ങൾ കൂട്ടിവിളക്കും. സുഗുണൻ അസ്വസ്ഥതയോടെ തന്റെ മുറിക്കുള്ളിൽ അങ്ങോട്ടും ഇങ്ങോട്ടും നടന്നു. ഫ്ളാസ്കിൽ വെച്ചിരുന്ന കട്ടൻചായ മുഴുവൻ കുടി ച്ചുതീർത്തു. സിഗററ്റു നാലഞ്ചെണ്ണം വലിച്ചുതീർത്തു. പിന്നെ പുറത്തി റങ്ങി പറഞ്ഞു. ബുദ്ധം ശരണം ഗച്ഛാമി. മറ്റുള്ളവരെപ്പോലെ പഴയ തീസ്സി സേതെങ്കിലും തട്ടിക്കൂടഞ്ഞെടുത്തു ടൈപ്പുചെയ്തുകൊടുക്കാമെന്നുവ ച്ചാൽ ആരാപ്പാ മുമ്പ് ഈ ബുദ്ധനെ തേടി നടന്നിട്ടുള്ളത്? ഗൈഡ് അന്നേ പറഞ്ഞതാ കുഴപ്പംപിടിച്ച സബ്ജക്ടാ? വെറുതെ പൊല്ലാപ്പിനൊന്നും പോകണ്ടാന്ന്. മാവേലിക്കരയിലും കരിമാടിയിലും കൃഷ്ണപുരത്തുമെല്ലാം ബുദ്ധവിഗ്രഹം കണ്ടെത്തി സ്ഥാപിച്ചെന്നറിഞ്ഞപ്പം വെറുതെ ഒരു പൂതി തോന്നി. നമ്മുടെ നാട്ടിൽ മുമ്പ് നിലനിന്നിരുന്ന ഈ ബുദ്ധമതം എങ്ങനെ നാമാവശേഷമായി എന്ന് ഒന്ന് അന്വേഷിക്കാൻ കൊല്ലം നാലഞ്ചു കട ന്നുപോയത് മിച്ചം. ഗവേഷണം ഒരു കരയ്ക്കടുക്കുന്നില്ല വല്ല പെമ്പി ള്ളേരുമായിരുന്നേൽ ഗൈഡിന് ഒരു ഉത്സാഹമൊക്കെ വന്നേനെ. ഇതിപ്പം അതിനും സ്കോപ്പില്ല. സുഗുണൻ വീണ്ടും സിഗററ്റ് പുകച്ചുതുപ്പി. അതു തലയ്ക്കു ചുറ്റും ഒരു പ്രഭാവലയം തീർത്തു. ആ പ്രഭയിൽ സുഗുണനു വെളിപാടുണ്ടായി. സുഗുണൻ പഴയ പേപ്പറുകൾ വലിച്ചുവാരി പുറത്തി ട്ടു. അതു കോഴിയെപ്പോലെ ചികഞ്ഞു മറിച്ചു. ഒടുവിൽ പേപ്പറുകൾ കൊത്തിക്കീറി. പള്ളിക്കൽപ്പുത്രന്റെ നെഞ്ചിൽകേറിയിരുന്നു പതിയാനും പതിനാട്ടിയും ചിരിച്ചു. സുഗുണൻ പേപ്പറും കക്ഷത്തിലിരുക്കിപ്പിടിച്ചോണ്ട് മുറിയിലേക്കോടി. തന്റെ തുകൽസഞ്ചിയിൽ പേപ്പറും പേനയും നിറച്ചു. പിന്നെ ശീഘ്രം പള്ളിക്കലാറിന്റെ കരതേടി പുറപ്പെട്ടു. പള്ളിക്കലാറിന്റെ കരയിലിരുന്നു പല്ലി ചിലച്ചു. പള്ളിക്കൽപ്പുത്രന്റെ ചന്തിക്കീഴിൽ തണൽ പറ്റിക്കിടന്ന് നായ ഉച്ചത്തിലൊരു കോട്ടുവായിട്ടു. നായക്കണ്ടികൾ കൊത്തി വലിച്ചു. കാക്കകൾ വലിയവായിൽ കരഞ്ഞു. ബഹളം പൂണ്ടു. പള്ളിക്ക ലാറിന്റെ ഓരം പറ്റി സുഗുണൻ നടന്നു. നായ്ക്കളും മനുഷ്യരും തുറി

വെളുപ്പിച്ച മണൽപ്പരപ്പിൽ കറുകപ്പുല്ലുകൾ നീന്തിത്തുടിച്ചു. പള്ളിക്ക ലാറിന്റെ ഓളങ്ങൾ കുത്തിമറിഞ്ഞു കളിക്കുന്നു. സുഗുണൻ വീണ്ടും സിഗരറ്റുകൾ പുകച്ചു തുപ്പി. ചന്തിതേഞ്ഞ പള്ളിക്കൽപ്പുത്രനെത്തേടി സുഗുണൻ അലഞ്ഞു. കണ്ണിൽകണ്ടവരോടെല്ലാം പള്ളിക്കൽപ്പുത്രനെ കുറിച്ച് അന്വേഷിച്ചു. ഒടുക്കം സുഗുണൻ ചന്തിതേഞ്ഞ പള്ളിക്കൽപു ത്രന്റെ അരുകിൽ വന്നു വാ പൊളിച്ചു. സഞ്ചി തുറന്നു. ക്യാമറയെടുത്തു തിരിച്ചും മറിച്ചും ഫോകസ് ചെയ്തു. അതു കണ്ട് കുമാരന്റെ ചായക്കട യിൽ നിന്ന് ചില ആളുകൾ ഓടിവന്ന് പറഞ്ഞു, "സാറേ ഞങ്ങളാ പള്ളി ക്കൽപ്പുത്രനെ ആദ്യമായി കണ്ടെത്തിയത്. ആ പതിയാനും പതിയാട്ടിയും അതുകഴിഞ്ഞാ കണ്ടത്."

സുഗുണൻ അതൊന്നും ശ്രദ്ധിക്കാതെ പള്ളിക്കൽപ്പുത്രന്റെ ദേഹത്തെ പൂപ്പൽ ചൊറിഞ്ഞിളക്കിയിരുന്നു.

'സാറേതു പത്രത്തീന്നാ?' കോലുനാരായണൻ തന്റെ ആറാംവാരി യിലെ എല്ലു തെളിച്ചു ചോദിച്ചു.

"ഞാൻ പത്രത്തീന്നൊന്നുമല്ല. ഒരു ഗവേഷകവിദ്യാർഥി."

കോലുനാരായണൻ മൂക്കിനുള്ളിലേക്കു വിരൽ തിരുകിപ്പുട്ടി. പള്ളി ക്കൽ പുത്രനെ ആരോ ഒരാൾ തിരിച്ചും മറിച്ചും കിടത്തി ഫോട്ടോ എടു ക്കുന്ന വിവരം അറിഞ്ഞ് പഞ്ചായത്ത് പ്രസിഡന്റ് ഭാസ്കരനുണ്ണിത്താൻ ഓടിക്കിതച്ചെത്തി.

"സാറേ.. ഞാനാ.. ഞാനാ..." അയാൾ വിക്കിവിക്കി പറഞ്ഞു.

സുഗുണൻ തന്റെ ഊശാൻതാടി ചൊറിഞ്ഞ് മുഖം ചുളിച്ചു ചോദിച്ചു: "ആരാ.. എന്താ എന്തുവേണം?"

ഭാസ്കരനുണ്ണിത്താൻ തന്റെ കിതപ്പ് ഒന്നടക്കി പറഞ്ഞു. "പഞ്ചാ യത്തു പ്രസിഡന്റ്, ഞാനാ ഇതു കണ്ടെത്തിയത്. ആ പതിയാനും പതി യാട്ടിയും ഇതിന്റെ ചന്തിയിൽ മുണ്ടലക്കിയിരുന്നുവെന്നേയുള്ളൂ. ഇതു പള്ളിക്കൽ പുത്രനാണെന്നു തിരിച്ചറിഞ്ഞതു ഞാനാ."

"അതിനിപ്പോ ഞാനെന്തോ വേണം." സുഗുണൻ തന്റെ ഊശാൻ താടി വീണ്ടും ചൊറിഞ്ഞിളക്കിക്കൊണ്ട്പരുഷമായി ചോദിച്ചു.

"അല്ല സാറ് ഏതു പത്രത്തീന്നാ?"

"ഞാൻപത്രത്തീന്നൊന്നുമല്ല. ഒരു ഗവേഷക വിദ്യാർഥി. ഇവിടെ അടുത്തെങ്ങാനും വല്ല ബുദ്ധന്മാരും ജീവിച്ചിരുപ്പുണ്ടോ?"

"ബുദ്ധന്മാരോ?" ഭാസ്കരനുണ്ണിത്താൻ തല ചരിച്ചു കണ്ണുകോട്ടി. "ഹേയ് ഹേയ് അങ്ങനെ ഒരുവർഗ്ഗക്കാർ എന്റെ ഓർമ്മയിൽ ഇവിടെങ്ങും ഇല്ല. മുസ്ലീങ്ങള് താമസിക്കുന്നുണ്ട്. കിഴക്കേ കുന്നിന്റെ മുകളിൽ കുറച്ച് ക്രിസ്ത്യാനികൾ തുമ്പമണ്ണിൽനിന്നോ തിരുവല്ലയിൽനിന്നോ വന്ന് കുടി യേറിയിട്ടുണ്ട്. ബുദ്ധന്മാർ? അങ്ങനെയൊരു കൂട്ടർ എന്റെ പഞ്ചായത്തി ലില്ല." ഭാസ്കരനുണ്ണിത്താൻ തറപ്പിച്ചുപറഞ്ഞു.

അതുകേട്ടു സുഗുണൻ വീണ്ടും അസ്വസ്ഥതയോടെ താടി ചൊറിഞ്ഞു. പോക്കറ്റിൽ നിന്നും സിഗരറ്റ് കൂടെക്കൂടെ വലിച്ചുതുപ്പി.

പഞ്ചായത്ത് പ്രസിഡന്റിനും ഒന്നു നീട്ടി. അയാൾ നാലുപാടും ഒന്നു നോക്കി. കണ്ണുചുഴറ്റി പിന്നെ പുകഞ്ഞുകത്തി. ഒടുവിൽ പഞ്ചായത്ത് പ്രസിഡന്റ് പറഞ്ഞു: "നമ്മുടെ കിഴക്കേമഠത്തിലെ വേലായുധൻചേട്ടൻ സന്ന്യസിക്കാനാണെന്നും പറഞ്ഞ് കുറച്ചുകാലം നാടുചുറ്റി നടന്നതാ ണല്ലോ അയാളോടു ചോദിച്ചാൽ കൃത്യമായ വിവരം കിട്ടും."

"എവിടാ ആ കിഴക്കേമഠം?"

"ഇവിടന്നു രണ്ടു ഫർലോങ് ദൂരം കാണും."

ചായക്കടക്കാരൻ കുമാരൻ ഓന്തിനെപ്പോലെ പലകയുടെ വിടവി ലൂടെ തലനീട്ടി നോക്കി. സുഗുണൻ തന്റെ സഞ്ചി തുറന്ന് നോട്ടുബു ക്കെടുത്ത് എഴുതി: "വേലായുധൻ കിഴക്കേമഠം" എന്നിട്ടയാൾ വേലാ യുധനെ തേടി പുറപ്പെട്ടു. ഇതെന്തു പ്രകൃതമെന്ന് അന്ധാളിച്ചു ഇത്തി രിന്നേരം പഞ്ചായത്തു പ്രസിഡന്റ് അവിടെ നിന്നു ഒന്നു കാറിത്തുപ്പി പിന്നെ അയാളയാളുടെ പാട്ടിനുപോയി.

സുഗുണന് വഴിയിൽ കണ്ടവരോടൊക്കെ വേലായുധസ്വാമികളെ കുറിച്ചന്വേഷിച്ചു. ചിലരതു കേട്ടുപറഞ്ഞു:

"ആ അഞ്ചു സുന്ദരികളുള്ള വീട്ടിലെ കഞ്ചാവുസ്വാമിയോ?"

"ആ.. അതായിരിക്കാം..." സുഗുണൻ തന്റെ സഞ്ചി തുറന്നു. നോട്ടു ബുക്കെടുത്തു മലർത്തി. വേലായുധൻ കിഴക്കേമഠം. അവരതുതന്നെ യെന്നു കുലുക്കി ഇറക്കി. വഴിയും ഊടുവഴിയും താണ്ടി സുഗുണൻ കിഴക്കേമഠത്തിലെത്തി. കോലായിൽ നരച്ച താടിരോമങ്ങളുള്ള നീണ്ടു മെലിഞ്ഞ വേലായുധസ്വാമികൾ കുത്തിയിരുന്നു.സുഗുണനെ കണ്ടപ്പോൾ അയാൾ കൈപ്പത്തി കണ്ണിനു നേരെ ഉയർത്തി ചോദിച്ചു:

"ആരാ?"

"ഞാൻ സുഗുണൻ. ഗവേഷകവിദ്യാർത്ഥി. സ്വാമിയെ തേടി വന്ന താ."

"ഏതു സ്വാമിയെ?"

"അതു കേട്ട് സുഗുണനൊന്നറച്ചു. പിന്നെ കണ്ണുകൊണ്ട് അറച്ചറ ച്ചുതന്നെ പറയാൻ ഭാവിച്ചശേഷം വേണ്ടെന്നു വച്ചു.

"അല്ല ചേട്ടനെ അന്വേഷിച്ചുവന്നതാ."

"ങേ. എന്തുവേണം?"

മുറ്റത്തും ഉമ്മറത്തും പെണ്ണുങ്ങളുടെ കാൽപ്പെരുമാറ്റം സുഗുണൻ എണ്ണി. ഒന്ന് രണ്ട് മൂന്ന് നാല് അഞ്.. ആറ്.. ങേ! ആരോ അതും വേറെ വല്ലവരും ആയിരിക്കും. ഒരു ഗവേഷകവിദ്യാർത്ഥിയുടെ മനസ്സ് പതറാൻ പാടില്ല.

"സ്വാമീ!"

"ങേ" അതിഷ്ടപ്പെടാത്തതുപോലെ അയാൾ ഒരു ശബ്ദം പുറപ്പെ ടുവിച്ചു.

"അല്ല.. ചേട്ടാ ഇവിടെ ബുദ്ധന്മാര് ആരെങ്കിലുംജീവിച്ചിരുപ്പുണ്ടോ?"

"ബുദ്ധന്മാരോ?" ഒടുക്കം അയാൾ തല ചെറിഞ്ഞുചൊറിഞ്ഞ് പറ

ഞ്ഞു. "കാപ്പിൽ ഒരു വീട്ടിൽ ഒരു ബുദ്ധഭിക്ഷു താമസിച്ചിരുന്നു."

"കാപ്പിലെവിടെ?"

"ചുനാട്ടു ചന്തയ്ക്കടുത്തെങ്ങാണ്ടാന്നു ഓർമ്മ. ഞാ.. ഞാ! അവിടന്ന് ഓച്ചിറയ്ക്കു പോകുന്ന വഴി. ഹോമിയോ ചികിത്സയും മറ്റും ഉണ്ടായിരുന്നു. ആളിപ്പോ ഉണ്ടോ ഇല്ലിയോ എന്നറിയില്ല. ഞാൻകണ്ടിട്ടിപ്പം കൊല്ലം എട്ടുപത്തായി."

പെണ്ണുങ്ങളുടെ തിരുവാതിരകളി കാണാൻ നിൽക്കാതെ സുഗുണൻ പടിയിറങ്ങി. ബുദ്ധനെ തലയിൽ ചുമന്നോണ്ടു നിൽക്കുമ്പം തിരുവാതിരകളി കാണാൻ എവിടെ നേരം.

ദൂരെ ഒഴിഞ്ഞ കാലിത്തൊഴുത്തിലായിരുന്നു പൂവൻ പിനട്ടി. ഊടു വഴിയും ഇടവഴിയും കഴിഞ്ഞ് സുഗുണൻ നടന്നു. പുരാതനമായ ആൽത്തറയ്ക്കരുകിൽ എത്തിയപ്പോൾ ആളിനെ കുത്തിത്തിരുകിയ ഒരു ബസ് ഇരച്ചുവന്നു നിന്നു. കുറച്ചൊക്കെ പൊഴിഞ്ഞുവീണു. സുഗുണൻ ആ വിടവുനോക്കി ഉള്ളിലേക്കു വീണു. വണ്ടികുലുങ്ങി നിവർന്നു പിന്നെയത് ഓടാൻ തുടങ്ങി. സുഗുണൻ മനസ്സിൽ പറഞ്ഞു. അടുത്ത സിൻഡി കേറ്റു കൂടുമ്പോൾ സുഗുണൻ വെറും സുഗുണനായിരിക്കില്ല. ഡോക്ടർ സുഗുണൻ. സുഗുണന്റെ മനസ്സ് കുളിർത്തു. അതു ചിറിയിൽ പിടിവലി നടത്തി. വണ്ടികുലുങ്ങി ഓട്ടം തുടർന്നുകൊണ്ടിരുന്നു. മണിയടിയുടെ ഒച്ചയിൽ സുഗുണൻ നടുങ്ങി ഉണർന്നു. ഒടുവിൽ ചുനാട്ടുചന്തയിൽ ഇറങ്ങി. പള്ളിയിൽ ബാങ്കു വിളിക്കുന്നു. അടുത്തു കണ്ട ചായക്കടയിൽ കയറി ചോദിച്ചു.

"ഇവിടടുത്ത് ഒരു ബുദ്ധഭിക്ഷു താമസിക്കുന്നുണ്ടോ?"

"ബുദ്ധഭിക്ഷുവോ?"

അതു കേട്ടു കൈതവനയിലെ അസനാരുകുഞ്ഞുപറഞ്ഞു. "ഗോപാ ലപിള്ളേ, നമ്മുടെ പനമൂട്ടിലെ ബാലൻ സ്വാമികളുടെ കാര്യമാവും. ഞാ! അദ്ദേഹത്തിന്റെ കുടുംബത്തിൽ പോകാനാണോ?"

"അതെ."

"എങ്കിലൊരു ഓട്ടോം പിടിച്ചു പോയാൽ പത്തുരൂപ മതിയാവും." മാവിന്റെ ചുവട്ടിൽ സൊറ പറഞ്ഞുകൊണ്ടിരുന്ന ഓട്ടോക്കാരനെ സുഗു ണൻ കയ്യാട്ടിവിളിച്ചു. അയാൾ വെപ്രാളപ്പെട്ടു ചാടിവന്നു. ഒരു ഓട്ടം കിട്ടിയ സന്തോഷത്തോടെ അയാൾ വണ്ടി ഇരപ്പിച്ചു കൊണ്ട് നിർത്തി. സുഗുണൻ അതിൽചാടിക്കേറിക്കൊണ്ടുപറഞ്ഞു.

"ബുദ്ധഭിക്ഷുവിന്റെ വീട്ടിലേക്ക്."

"ബുദ്ധഭിക്ഷുവോ?"

"ഞാ..." സുഗുണൻ തലയിൽ കൈവെച്ചു. ആ പേരു ഞാനെങ്ങു മറ ന്നു. സുഗുണൻ ഓട്ടോയിൽ നിന്നു ചാടിയിറങ്ങി ചോദിച്ചു.

"ആ ബുദ്ധഭിക്ഷുവിന്റെ പേരെന്തുവാന്നാ?"

"പനമൂട്ടിൽ ബാലൻവൈദ്യൻ."

"ഞാ. ശരി ശരി."

ഓട്ടോ സുഗുണനെയും കൊണ്ടു പാഞ്ഞു. ഓട്ടോയ്ക്കു വേഗത പോരെന്നു സുഗുണനു തോന്നി. കൈതത്തലപ്പുകൾ തലനീട്ടി നോക്കുന്നു. ഉക്കന്റെ കുറുകൽ,

"തഴപ്പായ് നിർമ്മാണത്തിനു പേരുകേട്ട സ്ഥലമാ തഴവാ." അതു കേട്ട് ഓട്ടോകാരൻ പറഞ്ഞു.

"ഇപ്പൊ തഴപ്പായൊന്നും ആരും കാര്യമായി നെയ്യാറില്ല."

"ജെ സി കുമാരപ്പയുടെ സ്ഥിരതയുടെ സമ്പദ്‌വ്യവസ്ഥ എന്ന കൃതിയിൽ ആ സ്ഥലം പരാമർശിക്കുന്നുണ്ട്" സുഗുണൻ പറഞ്ഞു.

"ഒരിക്കലവിടെ അദ്ദേഹം വരികയും ചെയ്തുവത്രേ." അതുകേട്ട് ഓട്ടോകാരൻ ഒരു ഇളിഭ്യച്ചിരിയോടെ തലകുലുക്കി. "ബുദ്ധൻ... ബുദ്ധൻ." സുഗുണൻ വീണ്ടും പിറുപിറുക്കാൻ തുടങ്ങി. വണ്ടി ഒരു പഴയവീടിന്റെ മുമ്പിൽ ചെന്നു നിന്നു. ഓട്ടോകാരന്റെ കാശു കൊടുത്തു. സുഗുണൻ വീട്ടിലേക്കു ചാടിക്കേറി അതു കണ്ട് കഷണ്ടി ബാധിച്ച മധ്യവയസ്കൻ പേടിച്ചരണ്ടു ചോദിച്ചു.

"ആരാ? എന്താ എന്തുവേണം?"

"ഞാൻ സുഗുണൻ.. ഒരു ഗവേഷണവിദ്യാർത്ഥി. നിങ്ങളൊക്കെ ബുദ്ധന്മാരാണോ?"

"ങ്ങേ! ബുദ്ധന്മാരോ? ഞങ്ങള് ഈഴവരാ."

"പിന്നെ നിങ്ങളൊക്കെ ബുദ്ധന്മാരാണെന്ന് നാട്ടുകാരു പറയുന്നതോ?"

പ്രൗഢയായ ഒരു സ്ത്രീ പുറത്തേക്കിറങ്ങി വന്നു ചോദിച്ചു.

"എന്താ അറിയേണ്ടത്?"

"അല്ല, ബുദ്ധൻ...?"

"എന്റെ ഭർത്താവിന്റെ ചേട്ടൻ ബുദ്ധമതവിശ്വാസിയായിരുന്നു."

"ഓ! അതാ എനിക്കറിയേണ്ടത്. നിങ്ങളു പാരമ്പര്യമായി ബുദ്ധമതവിശ്വാസികളായിരുന്നോ?"

"അല്ല."

"പിന്നെ!" സുഗുണൻ അത്ഭുതം കലർന്ന മിഴികളോടെ ചോദിച്ചു.

"ഈ കുടുംബത്തിൽ ഒരാളേ ബുദ്ധമതത്തിൽ ചേർന്നിട്ടുള്ളു."

"അതെങ്ങനെ പറ്റി?"

"അതദ്ദേഹം കോളേജിൽ പഠിച്ചിരുന്ന കാലത്ത് പാണ്ടുരോഗം പിടിപെട്ടു. മനോവിഷമംകൊണ്ട് ബുദ്ധമതത്തിൽ ചേർന്നതാ. വിവാഹമൊന്നും കഴിക്കാതെ ഹോമിയോ ചികിത്സയുമായി ജീവിച്ചു. ഈ അടുത്തകാലത്ത് മരിച്ചു.."

സുഗുണന്റെ മുഖത്ത് നിരാശ പടർന്നു. അയാൾ ചോദിച്ചു.

"ബുദ്ധഭിക്ഷുവിന്റെ മുറിയൊന്നു കാണിക്കാമോ?"

അതുകേട്ട് അവരുടെ മുഖം വികൃതമായി. പിന്നെപറഞ്ഞു.

"അദ്ദേഹം ഭിക്ഷയൊന്നും എടുത്തിരുന്നില്ല."

"ക്ഷമിക്കണം ഭിക്ഷുവെന്ന് ഞാനുദ്ദേശിച്ചത്..." സുഗുണൻ നിന്നു

പരുങ്ങി. പിന്നെ തന്റെ താടിരോമങ്ങൾ ചൊറിഞ്ഞിളക്കി.

"അല്ല ബുദ്ധസ്വാമികളുടെ മുറി."

"അത് ഇത്തിരി ദൂരെയാ."

ഒരു മെലിഞ്ഞ നീണ്ട പയ്യൻ താക്കോൽക്കൂട്ടവുമായി വന്നു.

അവർ തകർന്നടിഞ്ഞ ഒരു കെട്ടിടത്തിലേക്കു നടന്നു. ചോർന്നൊ ലിച്ച ഒരു പഴയ കെട്ടിടം. അവിടെ ഒരു മേശ. ഒരു സ്റ്റൂൾ. കുറച്ചുപേപ്പറു കൾ. സുഗുണൻ കണ്ണിൽ കണ്ട പേപ്പറുകളെല്ലാം വലിച്ചുവാരിയിട്ടു നക്കി ത്തുടച്ചു. ഒടുക്കം ഒരു പുസ്തകം കണ്ണിലുടക്കി. നാക്കിലുടക്കി. എഡ്വിൻ അർനോൾഡിന്റെ 'ലൈറ്റ് ഓഫ് ഏഷ്യ!' പിന്നെ കുറച്ചു ബുദ്ധധർമ്മങ്ങ ളെഴുതിയ കുറിപ്പുകളും. ഒരു ലഘുലേഖ. ബുദ്ധഗവേഷണം വഴിമുട്ടു ന്നതുകണ്ട് സുഗുണന്നു വീണ്ടും ചൊറിച്ചിലുവന്നു. അയാൾ രണ്ടു കൈയുമെടുത്തു തന്റെ ഊശാൻതാടി ആഞ്ഞൊന്നു ചൊറിഞ്ഞു. എന്നിട്ട് പറഞ്ഞു. 'ഇതൊക്കെ എന്റെ കയ്യിലുള്ളതാ. ബുദ്ധാ. ബുദ്ധാ." സുഗു ണൻ നിലവിളിക്കാൻ തുടങ്ങി. അതു കാറ്റിൽ പാറിപ്പറന്ന് പള്ളിക്കലാ റിന്റെ കരയിൽ ചന്തിതേഞ്ഞു കിടന്ന ബുദ്ധവിഗ്രഹത്തിൽ വന്നുപൊ തിഞ്ഞു. അതു വിളികേട്ടു. പിന്നെ ഞെരിപിരികൊണ്ടു. പള്ളിക്കൽ പ്പുത്രന്റെ വിധി ദൂരെ സെക്രട്ടറിയേറ്റിന്റെ ചുവപ്പുനാടയിൽ കുരുങ്ങികിട ന്നു. സുഖനിദ്ര തുടങ്ങി. മ്യൂസിയത്തിന്റെ ചുമരുകളിലിരുന്നു ബുദ്ധന്മാ രതു കണ്ട് കൈകൊട്ടിയാർത്തു. മാവേലിക്കരയിലും കൃഷ്ണപുരത്തു മിരിക്കുന്ന ബുദ്ധവിഗ്രഹങ്ങളിൽ പ്രാവിൻകൂട്ടം അഭിഷേകം തുടർന്നു. അതുകണ്ട് നാണംകെട്ട് ബുദ്ധവിഗ്രഹങ്ങൾ ശരണംവിളി തുടങ്ങി.

ബുദ്ധം ശരണം ഗച്ഛാമി.

ധർമം ശരണം ഗച്ഛാമി

സംഘം ശരണം ഗച്ഛാമി.

നാല്

സുഗുണൻ നാടൊട്ടുക്കും അലയാൻ തുടങ്ങി. എന്നിട്ടും ഒരെത്തും പിടിയും കിട്ടാതെ ഒടുക്കം സന്ധ്യാനേരത്തും പള്ളിക്കലാറിന്റെ തീരത്തു വന്നു ചന്തിതേഞ്ഞബുദ്ധവിഗ്രഹത്തിന്റെ കാൽക്കൽ വീണു കരഞ്ഞു.

ബുദ്ധം ശരണം ഗച്ഛാമി

ധർമ്മം ശരണം ഗച്ഛാമി

സംഘം ശരണം ഗച്ഛാമി

സുഗുണൻ ഉരുവിട്ടുകൊണ്ടിരുന്നു. സുഗുണന്റെ മനോവ്യഥ കണ്ട് ബുദ്ധവിഗ്രഹത്തിന്റെ ഉള്ളലിഞ്ഞു. സുഗുണൻ ബുദ്ധവിഗ്രഹത്തിൽ കെട്ടി പ്പിടിച്ചു കിടന്നു മയങ്ങി. രാത്രിയുടെ ഏതോ യാമത്തിൽ കുതിരക്കുള മ്പടി കേൾക്കാൻ തുടങ്ങി. ഒരു മഞ്ഞപ്രകാശം അവിടമാകെ പരന്നു. ഇലചാർത്തുകളിൽ അവ സ്വർണ്ണശോഭ പരത്തി. പുള്ളിമാൻകുട്ടങ്ങൾ വിരളിപിടിച്ചു പായുന്നു. കാട്ടുകോഴികളുടെ കുവലുകൾ കാട്ടുപോത്തു

കളും കാട്ടുപുലികളും കാടിളക്കി ഓടി. സുഗുണനതൊക്കെ കണ്ടു നടു
ങ്ങിത്തരിച്ചു നിന്നു. കൺമുമ്പിലൂടെ കുതിരപ്പട പായുന്നു. ഒരു സായി
പ്പാണവരുടെ നേതാവ്. ഇവർ നായാട്ടു നടത്തുകയാണ്. സുഗുണൻ അവ
രോട് എന്തൊക്കെയോ വിളിച്ചു പറഞ്ഞു. പക്ഷേ, അതൊന്നും അവർ
കേൾക്കുന്നുണ്ടായിരുന്നില്ല. അവർ വേട്ടയുടെ ലഹരിയിലായിരുന്നു.
മാൻകുട്ടങ്ങൾക്കു നേരെ അവർ ഉന്നം പിടിച്ചുവെടി ഉതിർത്തുകൊണ്ടിരു
ന്നു. എവിടെയോ ഒരു മാനിന്റെ ആർത്തനാദം കേൾക്കാം. അതു വീണ്ടും
വീണ്ടും സായിപ്പിന്റെ കാതുകളിൽ വന്നു മുഴങ്ങിക്കൊണ്ടിരുന്നു. സായിപ്പ്
കുതിരപ്പുറത്ത് സംശയഗ്രസ്തനായിരുന്നു. കടിഞ്ഞാൺ വലിച്ചു കുതിര
ചിന്നംവിളിയോടെ ഒന്നുയർന്നു നിന്നു. പിന്നെ കുതിരയെ കടിഞ്ഞാണ
യച്ചു നിർത്തി. അയാൾ താഴെയിറങ്ങി. കാട് ലക്ഷ്യം വച്ച് വീണ്ടും കാഞ്ചി
വലിച്ചു. വെടിയുണ്ട ഒരു ചെറുമൂളലോടെ പാഞ്ഞുകൊണ്ടിരുന്നു. സായി
പ്പിന്റെ മുഖത്ത് അത്ഭുതം നാവുനീട്ടി. അതുകേട്ട് അനുചരർ സായിപ്പിനു
ചുറ്റും ഓടിക്കൂടി. വീണ്ടും സായിപ്പ് വെടി ഉതിർത്തു. ശൂന്യതയിലേക്ക്
വെടിയുതിർക്കുന്ന സായിപ്പിനെ നോക്കി സുഗുണനും കണ്ണുമിഴിച്ചു. വെടി
യുണ്ടയുടെ മുരളൽ. തേനീച്ചക്കൂട്ടിൽ കല്ലുവീണതു പോലെ നീണ്ടു
നീണ്ടു നിന്നു. സായിപ്പും കൂട്ടരും കാട്ടിനുള്ളിലേക്ക് കുതിരയെപ്പായി
ച്ചു. സുഗുണനും അവർക്കു പിന്നാലെ നടന്നുചെന്നു. ഒരു മരത്തിനു മറ
ഞ്ഞുനിന്ന് സുഗുണൻ അവരെ നിരീക്ഷിച്ചു. പച്ചിലപ്പടർപ്പുകളിൽ ഗുഹാ
മുഖങ്ങൾ വാതുറന്നു നിൽക്കുന്നു. സുഗുണന്റെ മനസ്സ് പെരുമ്പറ മുഴ
ക്കാൻ തുടങ്ങി. അർദ്ധ ചന്ദ്രാകൃതിയിലുള്ള ഗുഹകളും പടവുകളും
നിറഞ്ഞു നിന്ന ആ പ്രദേശം സുഗുണന്റെ ഓർമ്മയിൽ വന്നു മുട്ടി വിളി
ച്ചു. സുഗുണൻ ഓർമ്മയിൽ തപ്പിത്തടഞ്ഞു. ഒടുക്കം അയാൾക്കതു തിരി
ഞ്ഞുകിട്ടി. അജന്താഗുഹകൾ ഇതു ജോൺസ്മിത്തും കൂട്ടരുമായിരിക്ക
ണം. സുഗുണന് അടക്കാനാവാത്ത ആഹ്ലാദമാണുണ്ടായത്. അയാൾ മര
ത്തിന്റെ ചുവട്ടിൽനിന്നു മുന്നോട്ടു ചാടിവീണു വിളിച്ചു. "മിസ്റ്റർ
ജോൺസ്മിത്ത്.. ജോൺസ്മിത്ത്..."

തന്നെ ആരോ പേരുചൊല്ലി വിളിക്കുന്നതു കേട്ട ജോൺസ്മിത്ത്
അത്ഭുതത്തോടെ തിരിഞ്ഞുനോക്കി. പിന്നെ വിടർന്ന മിഴികളുമായി കുതി
രയെ സാവധാനം നടത്തി സുഗുണന്റെ അരികിലെത്തി. എന്നിട്ടു
ചോദിച്ചു: "നിങ്ങളാരാണ്? ജോൺസ്മിത്ത് തന്റെ കട്ടിമീശ കൂടെക്കൂടെ
തടവുന്നുണ്ടായിരുന്നു. സുഗുണൻ ജോൺസ്മിത്തിന്റെ വിസ്തൃതമായ
കൃതാവിൽനിന്നും നോട്ടം പിൻവലിച്ചു.

"ഞാൻ സുഗുണൻ. ഒരു ഗവേഷകവിദ്യാർത്ഥി. തിരുവിതാംകൂ
റിൽ പണ്ടു നിലനിന്നിരുന്ന ബുദ്ധമതത്തിന്റെ സ്വാധീനത്തെക്കുറിച്ചപ
റിക്കുന്നു."

അതുകേട്ട് ജോൺസ്മിത്ത് തന്റെ മീശ കുലുക്കി ചിരിച്ചു. എന്നിട്ട്
എന്തോ ആലോചിച്ചിട്ടെന്നപോലെ പറഞ്ഞു:

"ചരിത്രത്തെ നമ്മൾ അന്വേഷിച്ചുപോവുകയോ? ഹ ഹ ഹ ഹ ഹ..."

ജോൺസിമിത്തിന്റെ ചിരി അന്തരീക്ഷത്തിൽ മുരളൽ ഉതിർത്തു.

"ചരിത്രം നമ്മളെ തേടി വരുകയാണു വേണ്ടത്. നിങ്ങളെന്തൊരു മണ്ടൻ. ഗവേഷണത്തിനാണെന്നും പറഞ്ഞു നിങ്ങളിപ്പോൾ എത്രകൊല്ലം കളഞ്ഞു." ജോൺസ്മിത്തിന്റെ ചോദ്യത്തിനുമുമ്പിൽ അനുസരണയുള്ള കുട്ടിയെപ്പോലെ സുഗുണൻ മറുപടി പറഞ്ഞു. "അഞ്ച്."

ജോൺസ്മിത്തിനു വീണ്ടും അതേ ചിരി.

"കണ്ടില്ലേ ഞാൻ വെറുമൊരു വേട്ടക്കാരൻ. പക്ഷേ അജന്താഗുഹ കൾ എന്റെ വരവും പ്രതീക്ഷിച്ചിവിടെ കിടക്കുകയായിരുന്നു. ഇനി പ്രാചീ നമായ ഒരു സംസ്കൃതി ലോകമറിയുന്നത് ഈ വേട്ടക്കാരനിലൂടെ ആയി രിക്കും. ഒരിക്കലും ഒരു ഗവേഷകവിദ്യാർത്ഥിയിലൂടെ ആയിരിക്കില്ല."

ജോൺസ്മിത്തു വീണ്ടും തന്റെ മീശ വിറപ്പിച്ചു ചിരിച്ചു. സുഗുണ നതൊരു പരിഹാസച്ചിരിയായാണ് തോന്നിയത്.

"എന്റെ ഗവേഷണപ്രബന്ധം പൂർത്തിയാക്കാൻ താങ്കളെന്നെ സഹാ യിക്കണം." സുഗുണൻ പറഞ്ഞു.

ജോൺസ്മിത്തിനു പിന്നിൽ നിന്നിരുന്നു കൂട്ടാളികൾ അക്ഷമരായി. അതുകണ്ട് ജോൺസ്മിത്ത് തന്റെ തോക്കിന്റെ കാഞ്ചി ആകാശത്തേക്കു വലിച്ചുവിട്ടു. അത് അന്തരീക്ഷത്തിൽ ഒരായിരം പ്രതിധ്വനികളുയർത്തി ക്കൊണ്ടിരുന്നു. പക്ഷേ, ആ മുരളൽ കേൾക്കാൻ അവിടെ കൂടിയിരുന്ന ഒരു കർണ്ണത്തിനും കഴിഞ്ഞില്ല. അവയെല്ലാം ബധിരമായിരുന്നു! വെടി യൊച്ചയുടെ നടുക്കത്തിൽ അവിടെ ശാന്തി പടർന്നു. ജോൺസ്മിത്ത് തന്റെ ശബ്ദം മയപ്പെടുത്തി പറഞ്ഞു: "എന്തു പ്രബന്ധം..." എന്നിട്ടൊ രാട്ടു കൊടുത്തു: "ഫ!"

വെടിയൊച്ചകൾ അകന്നകന്നുപോയി. കുതിരക്കുളമ്പടികളുമായി അതു പ്രണയിച്ചു കലപില കൂട്ടി.

സുഗുണൻ ഒരാരവം കേട്ട് ഞെട്ടിത്തിരിഞ്ഞുനോക്കി. ആയിരക്ക ണക്കിനാളുകൾ എന്തൊക്കെയോ ധൃതിയിൽ പണിതുയർത്തുന്നു. അവർക്കെല്ലാം പഴമക്കാരുടെ മുഖമാണുണ്ടായിരുന്നത്. സുഗുണൻ അവ രുടെ അരികിൽ ചെന്നുനിന്ന് അവരുടെ പണി ശ്രദ്ധിച്ചുകൊണ്ടിരുന്നു. ആരുംതന്നെ സുഗുണനെ ശ്രദ്ധിക്കുന്നില്ല. എല്ലാവരും അവരുടെ തൊഴി ലിൽ മുഴുകിയിരിക്കുകയാണ്. പ്രാചീനമായ ഏതോ ഇഷ്ടികച്ചൂളയിൽ നിന്നു പിടിച്ചെടുത്ത ഇഷ്ടികകൾ അവർ നിരത്തി കെട്ടുകയാണ്. ഇത് ഏതോ റെയിൽവേ ട്രാക്ക് നിർമ്മാണമായിരിക്കണം. സുഗുണൻ മന സ്സിൽ വിചാരിച്ചു. അയാൾ അടുത്തു നിന്നു പണിതുകൊണ്ടിരുന്ന ഒരാളെ വിളിച്ചു ചോദിച്ചു. "എന്താണ് നിങ്ങൾ ചെയ്തുകൊണ്ടിരിക്കുന്നത്?"

നിങ്ങളിത് എവിടുത്തുകാരൻ? എന്നമട്ടിൽ അയാൾ സുഗുണനെ തുറിച്ചു നോക്കി. എന്നിട്ടു ധൃതിയിൽ പറഞ്ഞു.

"ലാഹോറിൽ നിന്നു കറാച്ചിയിലേക്കു പുതിയ റെയിൽപ്പാതയുണ്ടാ ക്കുന്ന വിവരമൊന്നും നിങ്ങളിതുവരെ അറിഞ്ഞില്ലേ. എന്താ പണിയ ന്വേഷിച്ചു വന്നതാണോ? പണിക്കാണെങ്കിൽ ചൗധരി സാഹിബിനോടോ,

ഗുലാം മുസ്തഫാ സാഹിബിനോടോ ചെന്നു ചോദിക്ക്. അവരാണ് കങ്കാ
ണികൾ. ഒന്നും രണ്ടും കിലോമീറ്ററല്ല. നൂറ്റി അറുപത്തിയഞ്ച് കിലോമീ
റ്റർ ദൂരമാണ് നമുക്കു പണിയേണ്ടത്. എത്രമാത്രം കാളകളും ഒട്ടകവും
പോത്തും ഇവിടെ പണിയെടുക്കാനുണ്ടെന്നറിയാമോ?"

സുഗുണൻ അതൊക്കെ കേട്ട് ഒന്നു പരുങ്ങി.

"അല്ല ഞാൻ.. പണിക്കു വന്നതല്ല. ഒരു ഗവേഷണ വിദ്യാർത്ഥി..
കേരളത്തിൽ നിന്നുവരികയാ."

അതു മുഴുമിക്കുംമുമ്പ് അയാൾ പറഞ്ഞു.

"ഏതുകേരളം... എനിക്കു മനസ്സിലാവുന്നില്ല. നിങ്ങളെന്നെ ശല്യം
ചെയ്യാതെ പോവുക. ആ കങ്കാണി ചൗധരി സാഹിബ് ദാ.. ഇങ്ങട്ടു വരു
ന്നതു കണ്ടില്ലേ!" തന്റെ കപ്പടാമീശ പിരിച്ച് ചൗധരി സാഹിബ് എന്തോ
ഉറക്കെ ഉച്ചരിച്ചു. പണിക്കാരതു കേട്ട് നാവടക്കി വേഗം വേഗം പണിചെ
യ്തുകൊണ്ടിരുന്നു. സുഗുണൻ ചൗധരിസാഹിബിന്റെ ഒച്ചയൊന്നടങ്ങി
യപ്പോൾ അദ്ദേഹത്തിന്റെ അരികിലേക്ക് ചെന്നു. അയാളുടെ
തീക്ഷ്ണവും ക്രൂരവുമായ കണ്ണിനു മുമ്പിൽ സുഗുണൻ ഒന്നുവിറച്ചു.
പിന്നെ ധൈര്യം സംഭരിച്ചു ചോദിച്ചു.

"ചൗധരിസാഹിബ്. ഇതേതു സ്ഥലമാണ്?"

സുഗുണന്റെ ചോദ്യംകേട്ട് അവയാളൊന്നമ്പരന്നു. എന്നിട്ടു പറഞ്ഞു.
"ഇതു കറാച്ചിയിൽ നിന്നും അമ്പത് കിലോമീറ്റർ കിഴക്കുമാറിയുള്ള മൂസാ
ഫിറാബാദ്. എന്താ നിങ്ങളവിടത്തുകാരനല്ലേ?"

"അല്ല. ഞാനങ്ങു തെക്കു കേരളത്തിൽ നിന്നും വരുകയാ."

"കേരളമോ? അങ്ങനെയൊരു രാജ്യമുണ്ടോ? എന്താ ഇവിടെ?" ചൗധ
രിസാഹിബിന്റെ പുരികക്കൊടികൾ ഉയർന്നു.

"ഞാൻ ഒരു ഗവേഷണ വിദ്യാർത്ഥി. സുഗുണൻ ബുദ്ധനെക്കുറിച്ചു
പഠിക്കാൻ ഇറങ്ങിപ്പുറപ്പെട്ടിരിക്കുന്നു."

"ബുദ്ധനോ? അത്തരം കാര്യങ്ങളൊന്നും എനിക്കറിയില്ല. ഞാനാണ്
ഈ റെയിൽവേപ്പാതയുടെ കങ്കാണി!" ചൗധരി സാഹിബ് തെല്ലഭിമാന
ത്തോടെ പറഞ്ഞു.

"ഇതിനെ സംബന്ധിച്ച് വല്ലതും നിങ്ങൾക്കു ചോദിച്ചറിയാനുണ്ടോ?"

സുഗുണൻ മൗനംപൂണ്ടു പിന്നെ ചോദിച്ചു.

"പ്രാചീനമായ ഈ ഇഷ്ടികകളൊക്കെ നിങ്ങളെവിടെനിന്നാണ്
കൊണ്ടുവരുന്നത്?"

"അതോ ഹാരപ്പാഗ്രാമത്തിൽനിന്ന്. അവിടെ ഉപയോഗശൂന്യമായ
എത്ര ലക്ഷം ഇഷ്ടികകളാണിരിക്കുന്നത്. അതൊക്കെ വാരി ഈ
റെയിൽപ്പാത പണിയുകയാണ് ഞങ്ങൾ. അങ്ങനെയെങ്കിലും ആ കട്ട
കൾക്കൊരു ശാപമോക്ഷം കിട്ടട്ടെ."

ചൗധരിസാഹിബിന്റെ വാക്കുകൾ തീയുണ്ടകൾപോലെ സുഗു
ണന്റെ കാതുകളിൽ വന്നുവീണു.

"ഹാരപ്പാ. മോഹഞ്ചദാരോ... സിന്ധു നദീതടത്തിലെ അതിപുരാത

നമായ സംസ്കാരങ്ങളുടെ തിരുശേഷിപ്പുകൾ അരുത്.. അരുത്... അത് പൊളിച്ചെടുക്കരുത്. അത് നമ്മുടെ പൂർവ്വപിതാമഹന്മാരുടെ വിയർപ്പു തുള്ളികളാണ്. അതവരുടെ ജീവിതമാണ്: അതിന്റെ ചരിത്രവും പുരാവ സ്തുപരവുമായ പ്രാധാന്യം നിങ്ങളറിയണം. അത് വെറുമൊരു റെയിൽപ്പാതയ്ക്കായി പൊളിച്ചെടുക്കരുതേ..."

സുഗുണന്റെ തേങ്ങൽ അന്തരീക്ഷത്തിൽ മാറ്റൊലികൊണ്ടു.. അവി ടെനിന്നൊരശരീരിയുണ്ടായി: "എന്തൊന്നു പുരാവസ്തു! എടോ ഈ കട്ട കളവിടിരുന്ന് ആ ഭൂമി തന്നെ കൃഷിക്കു പറ്റാതായിരിക്കുകയയല്ലേ. അതു വാരി ഈ റെയിൽവേപ്പാതയുണ്ടാക്കുന്നതിൽ തനിക്കെന്താ ചേതം. താനും വികസനത്തിന് എതിരുനിൽക്കുകയാണോ? സായിപ്പിന്റെ കാരു ണ്യംകൊണ്ടാ ഇവിടെയൊരു റെയിൽപ്പാതയുണ്ടാക്കുന്നത്. ആ ചുടുക ട്ടകൊണ്ട് രാജ്യത്തിന് എന്തു നേട്ടമാണുള്ളത്? താനിനിയെങ്കിലും വർത്ത മാനകാലത്തിൽ ജീവിക്കാൻ നോക്ക്.. അവന്റെയൊരു സിന്ധുനദീതടപ രിഷ്കാരം...ഫ!"

ദൂരെ സായിപ്പിന്റെ കറുത്ത കാറിന്റെ തലപ്പുകണ്ട് ചൗധരി സാഹി ബിന്റെ മീശകാലുകൾ പൂട്ടി. അയാളുടെ വായടങ്ങു. അയാൾ ഭവ്യത യോടെ കാറിനെ ലക്ഷ്യംവെച്ച് ഓടി. സുഗുണൻ പ്രാചീനമായ ഒരു സംസ്കാരത്തിന്റെ നെഞ്ചിലൂടെ തീ തുപ്പി സായിപ്പിന്റെ ട്രെയിൻ ചൂളം വിളിച്ചു പാഞ്ഞുപോവുകയാണ്. ഭയവിഹലതയോടെ നോക്കിനിന്നു. പിന്നെ തിരിഞ്ഞോടി. റെയിൽവേ ട്രാക്കിനടിയിൽ കിടന്നു പ്രാചീനമായ ആ ചുടുകട്ടകൾ ഇളകിച്ചിരിച്ചു. ജോൺ മാർഷലിന്റെ വരവിനായി അവർ കാതോർത്തുകിടന്നു.

<h2 style="text-align:center">അഞ്ച്</h2>

ഒരുപക്ഷേ ജോൺ മാർഷലിനു തന്നെ സഹായിക്കാൻ കഴിഞ്ഞേ ക്കും. സുഗുണൻ ജോൺ മാർഷലിന്റെ വരവിനായി കണ്ണും കാതും രാകി മിനുക്കാൻ തുടങ്ങി. അതിൽ നിന്നുള്ള സ്ഫുലിംഗങ്ങളിൽ നിന്നു തീ പടർന്നു. അതൊരു തേജോമയമായ ഗോളമായി ആകാശത്തു ചെന്നു പതിച്ചു. സുഗുണൻ കണ്ണുമിഴിച്ചു. ചരിത്രം ചവിട്ടിക്കുഴച്ച പഴയ പള്ളിമി നാരങ്ങൾക്കു ചുറ്റും മനുഷ്യരുടെ പദചലനങ്ങൾ ദൂരെ ആലിലകൾ വിറ പൂണ്ടുനിന്നു. മുഹമ്മദു ഗോറിയുടെ കുതിരപ്പടയുടെ ചവിട്ടേറ്റ് അംഗ ഭംഗം വന്ന ക്ഷേത്രമണികളുടെ ദീനരോദനം. അതിനിടയിലെവിടെയോ പ്രാചീനമായ ആ ഇഷ്ടികച്ചുളയിൽ തപ്പിത്തടഞ്ഞു ജോൺ മാർഷർ ഉൽഘനനം നടത്തുന്നു. അയാൾ ആഹ്ലാദചിത്തനാണ്. ചരിത്രത്തിന്റെ ഫോസിലുകളിൽനിന്ന് അയാൾ ജീവിതം മെനയാൻ തുടങ്ങി. ചിത്ത ഭ്രമം പിടിച്ചവനെപ്പോലെ അയാൾ ചിരിക്കുന്നുണ്ടായിരുന്നു. സുഗുണൻ അയാളുടെ അരികിലേക്ക് വേഗം നടന്നുചെന്നു.

"താങ്കൾ തന്നെയോ ജോൺ മാർഷൽ?' സുഗുണൻ ചോദിച്ചു.

ജോൺ മാർഷൽ അതുകേട്ടു പറഞ്ഞു. "അയ്യായിരം വർഷമെങ്കിലും പഴക്കമുള്ള ഒരു ജനസംസ്കൃതി വെറും ചുടുകട്ടകളായി ഇവിടെ കിടന്നു തേങ്ങുമ്പോൾ അതിനിടയിലൊരു ജോൺ മാർഷലിന് എന്തു പ്രസക്തി. എത്രയെത്ര സംസ്കാരങ്ങൾ! മണ്ണിടിഞ്ഞും ഉയിർത്തെഴുന്നേറ്റും ഏതോ വിദൂരലക്ഷ്യം തേടി അവ പായുകയാണ്."

"സാർ.." സുഗുണൻ വിളിച്ചു. ആ വിളി ചെന്നു പതിച്ചത് നൂറ്റാണ്ടു കൾക്കു പിറകിലെവിടെയോ ആണെന്നാണ് സുഗുണന് തോന്നിയത്. ജോൺ മാർഷൽ മോഹഞ്ചദാരോവിലും ഹാരപ്പയിലും ജീവിച്ചിരുന്ന ഒരു പ്രാചീന നാഗരിക സംസ്കൃതിയിലെവിടെയോ ആണെന്ന തിരിച്ചറിവ് സുഗുണനെ രോഷാകുലനും നിരാശനുമാക്കി. എങ്കിലും ആ പ്രാചീന മായ മണ്ണിന്റെ സ്പർശം സുഗുണന്റെ ഹൃദയത്തെ അഭിമാനംകൊണ്ട് വിജ്രംഭിതമാക്കി. പ്രാചീനമായ ഇഷ്ടികക്കൂട്ടങ്ങളിലിരുന്നു ഫോസി ലാകട്ടെ ജീവിതങ്ങൾ നിലവിളി തുടങ്ങി. തങ്ങളുടെ സംസ്കാരം ചുട്ടെ ടുത്തവരുടെ ചരിത്രം തേടിവന്ന നിങ്ങൾ എന്തേ ഞങ്ങളുടെ ചരിത്രം എഴുതുന്നില്ല. സുഗുണനു കേട്ടു ചിരിയാണു വന്നത്. വിരകൾക്കും സൂക്ഷ്മജീവികൾക്കും ഈച്ചകൾക്കുമൊക്കെ എന്തോന്നു ചരിത്രം. എന്തോന്നു സംസ്കാരം. എന്തോന്നു സിവിലിസേഷൻ... അതല്ല അതേ ക്കുറിച്ച് ഇനി വല്ല പ്രബന്ധവും രചിക്കണമെങ്കിൽ അവരുടെകൂട്ടത്തിൽ നിന്നുതന്നെ ആരെങ്കിലും വന്നു യൂണിവേഴ്സിറ്റിയിൽ പേരു രജിസ്റ്റർ ചെയ്യട്ടെ! പുതിയ ഒരു അധിനിവേശചരിത്രം! ചരിത്രത്തിന്റെ ഓരോരോ കുട്ടിക്കളിയോർത്ത് സുഗുണന് ഉള്ളാകെ ചിരിപൊട്ടി. പിന്നെ പൊട്ടിക്ക രഞ്ഞു. ബുദ്ധാ... ബുദ്ധാ... നീ ഇങ്ങനെ എന്നെ കൈവിട്ടാലോ. ഈ ജോൺ മാർഷൽ സിന്ധുനദീതട സംസ്കാരത്തിന്റെ ഫോസിലിൽ ജീവി ക്കുന്നവനാണ്. എന്റെ പ്രബന്ധത്തിന് അയാളിൽനിന്നു യാതൊന്നും കിട്ടുമെന്നു തോന്നുന്നില്ല. സുഗുണൻ വീണ്ടും അക്ഷമനായി. അയാൾ കരയാൻ തുടങ്ങി.

ബുദ്ധം ശരണം ഗച്ഛാമി...
ധർമ്മം ശരണം ഗച്ഛാമി.

സുഗുണന്റെ ശരണംവിളി കേട്ട് ബുദ്ധവിഗ്രഹത്തിനു ചിരിയാണു വന്നത്. പിന്നെ കാര്യങ്ങളൊക്കെ ഒന്നു തലതിരിച്ചു ചിന്തിച്ചു. ഈ സുഗു ണനല്ലാതെ മറ്റാരെങ്കിലും ബുദ്ധസംസ്കൃതിയുടെ വേരന്വേഷിച്ചു വന്നോ? പ്രബന്ധം രചിച്ച് തന്റെ പേരിന്റെ മുന്നിൽ ഒരു ഡോക്ടർ ബിരുദം തുന്നിച്ചേർക്കാനാവും അയാൾ പുറപ്പെട്ടിരിക്കുന്നത്. ആട്ടെ ഇതിനു പോലും കേരളായൂണിവേഴ്സിറ്റിയുടെ ചരിത്രത്തിൽ മുമ്പ് ഒരാളും മിന ക്കെട്ടിട്ടില്ലല്ലോ? അപ്പോ ഇവനോടിത്തിരി കരുണ കാട്ടേണ്ടതല്ലേ. ബുദ്ധ വിഗ്രഹം വിളിച്ചു. "സുഗുണാ!" ആ വിളി കേട്ട് സുഗുണൻ ഞെട്ടി. എന്നിട്ട് പൊടി തട്ടി എണീറ്റ് ചുറ്റും നോക്കി. ആരാണെന്നെ വിളിച്ചത്. ബുദ്ധവി ഗ്രഹം ഉറക്കം നടിച്ചു കിടന്നു. അതിന്റെ കൂർക്കംവലിക്കു ചെകിടോർത്ത് സുഗുണനും കിടന്നു. കോസലത്തിലെ കപിലവസ്തുവിലെ ഡാലമര

അണലിൽ നിന്നാരോ തന്നെ വിളിക്കുന്നതായി സുഗുണനു തോന്നി. വൈശാഖത്തിലെ പൗർണ്ണമിനാളിൽ മാനത്തൊരു തേജോമയമായ ഗോളം തെളിഞ്ഞു. അതൊരു കുഞ്ഞിനെ പെറ്റിട്ടു. അതിന്റെ പൊൻപ്ര ഭയിൽ സുഗുണനു കണ്ണു മഞ്ചി. കോലാടുകളുടെ കൂട്ടം മലയടിവാര ത്തിലൂടെ പുഴുക്കെളിട്ടു പൊടിപരത്തി മ്മേ... മ്മേ... എന്നു കരഞ്ഞു കൊണ്ട് കുലുങ്ങിക്കുണുങ്ങി അയവെട്ടി നീങ്ങിക്കൊണ്ടിരുന്നു. അവരുടെ കൂട്ടക്കരച്ചിലിൽ കൂടെക്കൂടെ മലഞ്ചെരിവുകൾ പ്രകമ്പനം കൊണ്ടു. കോലാടുകളുടെ പ്രളയം! അതു യാഗശാലയിലേക്കൊഴുകുകയായിരു ന്നു. പൂണൂൽ ചൊറിഞ്ഞും തുടച്ചും ബ്രാഹ്മണരുടെ കൂട്ടം ബിംബസാ രന്റെ യാഗശാലയിൽ മന്ത്രങ്ങൾ ഉരുക്കഴിച്ചു. തീജ്വാലകളുടെ നൃത്തം. നെയ്യുടെ മണം. ഹവിസ്. രാജാവും രാജകിങ്കരന്മാരും അരിഞ്ഞു വീഴ്ത്തിയ മനുഷ്യരുടെ തലകൾ മൺതരികൾ കണക്കെ കാറ്റിൽപാറി പ്പറക്കുന്നു. അതിന്റെ പ്രതികാരദാഹത്തിൽ ഭീതിപൂണ്ട രാജാവ് തന്റെ പാപക്കറ കഴുകിക്കളയാനുള്ള പുറപ്പാടിലാണ്. യാഗം കോലാടിൻകൂട്ട ങ്ങളെ വരിഞ്ഞുകെട്ടി നവദ്വാരങ്ങളും അടച്ചുപൂട്ടാൻ തുടങ്ങി. ഇതുക ണ്ട് കോലാടിൻകൂട്ടങ്ങൾ വലിയവായിൽ കരഞ്ഞ് ബഹളംകൂട്ടി. കോലാ ടിന്റെ കരച്ചിൽ മന്ത്രങ്ങളുടെ ഹുങ്കാരശബ്ദത്തിൽ മുങ്ങിത്താണു. കോലാ ടുകൾ തീജ്വാലകൾപോലെ തുള്ളിക്കളിക്കാൻ തുടങ്ങി. മന്ത്രക്കെട്ടുക ളുടെ കൊടുങ്കാറ്റിൽ ഇറച്ചി വെന്ത മണം പൂണൂലുകളെ വരിഞ്ഞുമുറു ക്കി. അതു വിയർപ്പിൽ നീന്തിത്തുടിച്ചു. കാലു തളർന്ന ഒരു കോലാടി നെയും തോളിലേറ്റി പ്രകാശഗോളം ബിംബസാര രാജാവിന്റെ സന്നിധി യിൽ വന്നു ജ്വലിച്ചു. ജന്തുബലി അരുത്. പ്രകാശഗോളം അലറി. കോലാ ടുകളുടെ നവദ്വാരങ്ങൾ അടച്ച് സ്വർഗ്ഗത്തിലേക്കുള്ള ദ്വാരം തുറക്കുന്ന വർ അതു കേട്ട് ഞെട്ടി. പ്രകാശഗോളം അവരോടു സംസാരിച്ചു.

കേവലം പുഴുവിനും
കേമനാം മനുഷ്യനും
ദേവനു താനുമതിൽ മമത തുല്യമല്ലോ?

സാലമരച്ചോട്ടിലെ പ്രകാശഗോളത്തിനു മുമ്പിൽ യാഗാഗ്നി നിഷ്പ്ര ഭമായി. യാഗാഗ്നിക്കു ദഹനക്കേടുകൊണ്ട് മനംപുരട്ടി. ജാതി ഉരുണ്ടു കേറി. പതിയനെ യാഗാഗ്നിയിലേക്ക് മഞ്ഞുപെയ്തിറങ്ങാൻ തുടങ്ങി. അതിന്റെ തണുപ്പു സഹിക്കവയ്യാതെ പൂണൂൽകൂട്ടങ്ങൾ ഓടി ഒളിച്ചു. സുഗുണനതു കണ്ടു പറഞ്ഞു.

"സബാഷ്! ഇങ്ങനെവേണം സിദ്ധാർഥരാജകുമാരാ."

എന്നിട്ടു കൈകൊട്ടി ചിരിച്ചു. സുഗുണന്റെ ഉറക്കത്തെ അലോസര പ്പെടുത്തിക്കൊണ്ട് അശ്വമേധയാഗത്തിന്റെ കുതിരക്കുളമ്പടികൾ കേൾക്കാൻ തുടങ്ങി. ഒരു സ്ത്രീയുടെ അലമുറ കേൾക്കാൻ തുടങ്ങി. ഒരു കുതിര ഒരു സ്ത്രീയ്ക്ക് പിന്നാലെ കാമാവേശത്തോടെ പായുകയാ ണ്. അതിനു പിന്നാലെ ജനക്കൂട്ടം ആഹ്ലാദാരവത്തോടെ പെരുമ്പറ മുഴ

ക്കുന്നു. സ്ത്രീയുടെ നിലവിളിയുടെ ആക്കം കുറഞ്ഞുകുറഞ്ഞുവന്നു. അവർ കുഴഞ്ഞുവീണു കുതിര അവരെ വരിഞ്ഞുമുറുക്കി. പിന്നെ തന്റെ സർവ്വശക്തിയുമെടുത്ത് അവരെ ഭോഗിക്കാൻ തുടങ്ങി. അതുകണ്ട് ജനം ആനന്ദനിർവൃതിപൂണ്ടു. കുതിരശക്തിയിൽ സ്ത്രീ ഞെരിഞ്ഞമർന്നൊരു മൺകുനയായി മാറി. ജനക്കൂട്ടത്തിന്റെ കണ്ണിലേക്ക് ഒരു പ്രകാശരശ്മി പാറിവീണു. അതിന്റെ തീപ്പൊള്ളലിൽ അവർ മിഴികൾ പൂട്ടി. പ്രകാശര ശ്മികളവരുടെ കൃഷ്ണമണികളെ നക്കിത്തുടച്ചു. എന്നിട്ടതു സ്വയം പ്രകാ ശിക്കാൻ തുടങ്ങി. ആ പ്രകാശത്തിൽ കുതിരഭോഗം കണ്ട് ജനക്കൂട്ടം കൂട്ടക്കരച്ചിൽ നടത്തി. സുഗുണൻ ഉറക്കെ വിളിച്ചു: "ബുദ്ധം ശരണം ഗച്ഛാമി." അതൊരു കൂട്ട ശരണംവിളിയായി അന്തരീക്ഷത്തിൽ നിന്ന് ഒലിച്ചിറങ്ങാൻ തുടങ്ങി.

ആറ്

സുഗുണന്റെ മയക്കക്കാഴ്ചയിൽ കാർത്തികപ്പള്ളിയിലെ ബെട്ടിമന നാട്ടുരാജ്യവും നാടുവാഴിയും തെളിഞ്ഞു വന്നു. കുടുമ വച്ച ആ കുടവ യറനു ചുറ്റും നഗ്നകളായ ശൂദ്രസ്ത്രീകൾ പുളഞ്ഞു രമിക്കുന്നു. ഒരു ഗവേഷണ വിദ്യാർത്ഥിയുടെ സൂക്ഷ്മതയോടെ സുഗുണൻ അവിടത്തെ മണ്ണിനെയും പെണ്ണിനെയും ചുഴിഞ്ഞുനോക്കി. മണ്ണും പെണ്ണും ഒരു പോലെ പിഴച്ചുപെറ്റിരിക്കുന്നു. മാറുംവയറും മറയ്ക്കാത്ത ആണിനെയും പെണ്ണിനെയും കണ്ട് സുഗുണനു മായക്കാഴ്ചയിലും നാണം വന്നു. ആ നാണം സുഗുണന്റെ മുഖത്തു ചുഴിയും കോളും പരത്തി. ബെട്ടിമന നാട്ടിലെ ആണും പെണ്ണും ഇടവഴിയിലും പെരുവഴിയിലും കിടന്നു നാണവും മാനവുമില്ലാതെ പെറ്റുപെരുകി. നാണവും മാനവും ഉള്ള പാപി കളായ പെണ്ണുങ്ങളെ തേടി കിങ്കരന്മാർ നാടൊട്ടുക്ക് അലഞ്ഞു നടന്നു. ബെട്ടിമന നാട്ടിലെ ഇടവഴികൾ വിളിച്ചുകൂവി.

"നമ്മുടെ രാജ്യത്ത് സ്വജാതിയിലോ ഉയർന്ന ജാതിയിലോപെട്ട പുരു ഷന്മാർക്കു വശംവദയാകാത്ത സന്മാർഗ്ഗഹീനകളായ സ്ത്രീകൾ ഉണ്ടെ ങ്കിൽ അവരെ ഉടൻ വധിക്കേണ്ടതാണ്."

നാട്ടുടയോടന്റെയും നാടിന്റെയും കല്പന കേട്ട് സർവ്വചരാചരങ്ങളും അനുസരണപൂർവ്വം തലകുലുക്കി. നാടും നഗരവും അരിച്ചു പെറുക്കി രാജകിങ്കരന്മാർ സന്മാർഗ്ഗഹീനകളായ സ്ത്രീകളെ തേടിപ്പിടിച്ചു തലയും മുലയും അരിഞ്ഞുകളയുന്നതുനോക്കി ജനം ആഹ്ലാദാരവം മുഴക്കി. സുഗു ണൻ ചരിത്രത്തിന്റെ നേരും നെറിയും കണ്ട് വീണ്ടും നാണിച്ചു. ആ നാണം കാറ്റിൽ ഓളമുതിർത്തു. അതു കാറ്റായി, കൊടുങ്കാറ്റായി പ്രപ ഞ്ചമായ പ്രപഞ്ചമെല്ലാം വീശിയടിച്ചു. ഒടുക്കം ശാക്യമുനിയിലെത്തി. ശാന്തി തേടി. "ബുദ്ധം ശരണം.. ബുദ്ധം ശരണം ഗച്ഛാമി..."

സുഗുണന്റെ മന്ത്രിധ്വനി പാതവക്കത്തൂടെ ഉടുതുണിയില്ലാതെ കുടി ച്ചുകുത്താടി പോകുകയായിരുന്ന വൃദ്ധപ്പേക്കോലത്തെ പ്രകോപിപ്പിച്ചു.

അയാൾ വാ തുറന്നു. നാലാളുകൾ കേൾക്കെ ഒരാട്ടു കൊടുത്തു. "ഫ! തെമ്മാടി."

അതുകേട്ട് പാതവക്കത്തെ മനുഷ്യർ പറഞ്ഞു.

"കണക്കായിപ്പോയി."

സുഗുണൻ പാതവക്കത്തെ പൊടിമണ്ണിൽ കാൽപുഴ്ത്തി അതു ചൊറിയാനും പുകയാനും തുടങ്ങി. സുഗുണൻ ചൊറിച്ചിലും പുകച്ചിലും സഹിക്കവയ്യാതെ നിലം തൊടാതെ ഓടി. ഓടിയും കിതച്ചും പാതവ ക്കത്തെ ആൽച്ചുവട്ടിലെത്തി. അവിടെ ആണും പെണ്ണും ആടിയും കുഴഞ്ഞും തെങ്ങുകുറ്റിയിൽ നിറഞ്ഞു തുളുമ്പുന്ന കള്ളിന്റെ നുരയും പതയും വകഞ്ഞുമാറ്റി മുളനാഴികൊണ്ടള്ളന്ന് കുടിക്കുകയായിരുന്നു. കള്ള ളക്കാനിരിക്കുന്ന പെണ്ണുങ്ങൾ സുഗുണനെ നോക്കി ആടിക്കുഴഞ്ഞു. പിന്നെ കണ്ണിറുക്കി കവിളുകാട്ടി മാറുലച്ചു.സുഗുണനു കള്ളുമോന്താതെ നാവുകുഴഞ്ഞു. അയാൾ അരയാൽ വൃക്ഷത്തിന്റെ ജരാനരകൾ നോക്കി യിരുന്നു. ആൽമരം സുഗുണനോട് കുടിയന്മാരെ കുറിച്ചു മന്ത്രിച്ചു.

"കാക

ചെറുകിളി

മുണ്ടി

ഭീമ

കുംഭകർണസ്യ"

സുഗുണന്റെ വായിൽനിന്ന് ഗുമുഗുമാന്ന് കള്ളിന്റെ മണം പരക്കാൻ തുടങ്ങി. കള്ളിന്റെ മണം മണത്തുമണത്ത് അരയാൽവൃക്ഷവും ആടി യുലയാൻ തുടങ്ങി. അപ്പോൾ പള്ളിക്കലൊറിന്റെ കരയിൽ കിടന്ന പള്ളി ക്കൽപ്പുത്രൻ ഒന്നു ഞരങ്ങി. സുഗുണൻ കണ്ണുമിഴിച്ചു. നേരം പരപരാ വെളുത്തു തുടങ്ങി. അയാൾ മങ്ങിയ വെട്ടത്തിൽ തന്റെ സഞ്ചിയിൽ നിന്ന് നോട്ടുബുക്കെടുത്തു കുറിച്ചു.

സൃഷ്ടിയും നാശവുമില്ലാത്ത

ജനനവും മരണവുമില്ലാത്ത

ഏകവും അനേകവുമില്ലാത്ത

കാപട്യം ലേശവുമില്ലാത്ത

നിത്യനിർവൃതിയിലേക്കുള്ള

പാതയിലേക്കു നമ്മെ നയിക്കുന്ന

സർവ്വശ്രേഷ്ഠനായ തത്ത്വജ്ഞാനിക്ക്

ബുദ്ധന് പ്രണാമം

കുറച്ചു നാളായി ഒരക്ഷരവും എഴുതാൻ കഴിയാതിരുന്ന സുഗുണൻ ബുദ്ധനെക്കുറിച്ചുള്ള ഈ സൂക്തം ഓർമ്മയിൽനിന്നെടുത്ത് എഴുതാൻ കഴിഞ്ഞതോടെ വർദ്ധിച്ച വീര്യാവേശമുണ്ടായി. അയാൾ മണ്ണിൽ ചന്തി ത്തേഞ്ഞുകിടന്ന ബുദ്ധ വിഗ്രഹത്തെ തൊട്ടും തലോടിയും ഉമ്മവച്ചും തന്റെ ആഹ്ലാദം ഒഴുക്കി ശമിപ്പിച്ചു. അപ്പോഴൊക്കെ ബുദ്ധവിഗ്രഹം ഗാഢനിദ്ര യിലായിരുന്നു. അത് ഉറക്കത്തിൽ അശോകനെ സ്വപ്നം കാണുകയാ

യിരുന്നു. കൊട്ടാരത്തിന്റെ തിരുമുറ്റത്ത് അരോഗദൃഢഗാത്രനായ അശോ
കൻ ഉലാത്തുന്നു. മുറ്റത്തെ അശോകമരം നാവടക്കി. ഇലയടക്കി. ജാഗ
രൂകയായിനിന്നു. അന്തപ്പുരസ്ത്രീകളുടെ വളകിലുക്കം. അവരുടെ കുണു
ങ്ങിച്ചിരി. അശോകൻ പൂന്തോപ്പിലെ അശോകമരത്തെ നോക്കി.... അതു
രക്തംകൊണ്ട് പൂക്കൾ നെയ്തു കളിക്കുകയായിരുന്നു. പെണ്ണുങ്ങൾ
വിലാസവതികളായി അശോകനെ നോക്കി തങ്ങളുടെ കൺകോണുക
ളാൽ അളക്കാനാകാതെ നിൽക്കുന്ന അശോകനെ നോക്കിയവർ തെല്ലു
പരിഹാസപൂർവ്വം അശോകമരത്തിൽനിന്ന് ഒരിലനുള്ളിക്കളഞ്ഞു.
പെണ്ണിനു മുമ്പിൽ തോറ്റമ്പിയ വീരശുരപരാക്രമികളുടെ കഥകൾ ആ
ഇല മണ്ണിനോടു ചെന്നു പറഞ്ഞു. അക്കഥ കേട്ട് ക്രുദ്ധനായ അശോ
കൻ തന്റെ ഉടവാൾ വീശിക്കളിച്ചു. സ്ത്രീകളുടെ തലകൾ കോർത്തു
മണ്ണുമാല കെട്ടിക്കളിച്ചു. അശോകൻ അതു കണ്ട് ഞെട്ടി തന്റെ സർവ
ഇലകളും പൊഴിച്ച് സുക്ഷ്പതിയിലാണ്ടു. അശോകൻ അപ്പോഴും തന്റെ
ഉടവാളിന്റെ വാത്തലയ്ക്ക് ഏറ്റ പരക്കിനെക്കുറിച്ചോർത്ത് ചിന്നനായിരി
ക്കുകയായിരുന്നു. പിന്നെ തന്റെ ഉടവാൾ തുത്തുതുടച്ചിരുന്നു. ഉടവാൾ
തന്റെ യജമാനന്റെ ശുശ്രൂഷയിൽ മതിമറന്നിരുന്നു. ആ സുഖാനുഭൂതി
യിൽ ഉടവാൾ ഒരു സ്വപ്നം കാണാൻ തുടങ്ങി.

കലിംഗയുദ്ധത്തിൽ ചിതറിത്തെറിച്ച ശവശരീരങ്ങൾ കാണാൻ മഹാ
പരാക്രമിയായ അശോകനോടൊപ്പം ഉടവാൾ യുദ്ധക്കളം സന്ദർശിക്കാൻ
പോയി. തലതെറിച്ച ആണുങ്ങളുടെ പെണ്ണുങ്ങളും പിള്ളേരും തലയ്ക്കു
ചുറ്റുംകൂടി അലമുറയിടുന്നു. കഴുകന്മാർ ശവംതിന്നു മടുത്തു കോട്ടുവാ
യിട്ടു. അതിന്റെ നാറ്റം യുദ്ധക്കളം മുഴുവൻ തങ്ങിനിന്നു. നിലവിളി
കൾക്കും കോട്ടുവായ്ക്കും ഇടയിലൂടെ അശോകനും ഉടവാളും തന്റെ
വിജയരഥമുരുട്ടി. രഥത്തിന്റെ ചക്രങ്ങൾ രക്തം തളം കെട്ടിയ ഭൂമിയി
ലൂടെ സഞ്ചരിച്ചപ്പോൾ പ്രാർത്ഥനാനിരതമായി. രഥചക്രത്തിന്റെ
പ്രാർത്ഥന ഒരു തരിപ്പായി അശോകനിലേക്ക് അരിച്ചുകേറി. അതു വീണ്ടും
ഒരു യുദ്ധക്കളം അവിടെയൊരുക്കി. കലിംഗയുദ്ധത്തിന്റെ നിഴൽയുദ്ധം.
അതു സൂക്ഷ്മരൂപിയായ ആത്മാക്കളുടെ യുദ്ധംകൂടിയായിരുന്നു. അതു
യഥാർത്ഥയുദ്ധത്തിന്റെ എത്രയോ ഭീകരരൂപിയായിരുന്നു. ആത്മാക്കളുടെ
യുദ്ധത്തിൽ അശോകൻ തോറ്റമ്പി. ഇതിൽ മനംനൊന്ത് അശോകന്റെ
പള്ളിവാൾ വായ്ത്തല ചളുങ്ങി നിലത്തുവീണു ചത്തു അശോകന്റെ
കണ്ണുകൾ അതിന്റെ ധർമ്മം ഓർമ്മിച്ചെടുത്തു. അതോടെ അശോകന്
നിൽക്കക്കള്ളിയില്ലാതായി. അയാൾ ചിതറിത്തെറിച്ച ശവശരീരങ്ങൾക്കും
മനുഷ്യാത്മാക്കൾക്കും ഇടയിലൂടെ ഓടി.. ആത്മാവിൽ ദാഹിച്ചു വല
ഞ്ഞവനെപ്പോലെ വിളിച്ചു: ശാന്തി... ശാന്തി...

ശാന്തി തേടി അശോകൻ എട്ടുദിക്കും ഓടിത്തളർന്നു. ഒടുക്കം സാല
മരത്തിൽ നിന്നുറവപൊട്ടിയ ശാന്തിയുടെ തെളിനീരുറവയിൽ ചെന്ന്
അഭയം തേടി. അശോകന് കൈക്കുമ്പിളിൽ കോരിയതു പാനം ചെയ്തു.
ശാന്തിയുടെ ഉറവ കലിംഗദേശത്തേക്ക് ഒഴുകി പരക്കാൻ തുടങ്ങി.

അതിന്റെ നിർവൃതിയിൽ മുറ്റത്തെ അശോകമരം വീണ്ടും തളിരിട്ടു. അശോകനു മുറ്റത്തെ പുല്ലും മരങ്ങളും കാണാനായി. അതിന്റെ പിന്നിലെ ഉറവകളൊക്കെ അശോകന് ഗോചരമായി.കാലചക്രത്തിന്റെ അനുസ്യൂ തമായ ഒഴുക്കിനൊപ്പം അശോകനും ഒഴുകി നാടായ നാട്ടിലൊക്കെ പര ക്കാൻ തുടങ്ങി.

പള്ളിവാൾ സ്വപ്നം കണ്ടുണർന്നു. അതിന്റെ കോട്ടുവായിൽ പള്ളി ക്കലാറിന്റെ തീരത്തു ചന്തി തേഞ്ഞു കിടന്ന ബുദ്ധവിഗ്രഹം ഞെട്ടി ഉണർന്നു. സുഗുണനപ്പോൾ പള്ളിക്കൽപ്പുത്രനോടു കിന്നാരം പറഞ്ഞി രിക്കുകയായിരുന്നു.സുഗുണന്റെ വർത്തമാനം പള്ളിക്കൽപ്പുത്രൻ നിർന്നി മേഷനായി നോക്കിയിരുന്നു. സുഗുണൻ സർവ്വകലാശാലയിൽ സമർപ്പി ക്കേണ്ട തീസിസിനെക്കുറിച്ചോർത്തു. അയാളും അശോകനെപ്പോലെ ആത്മാവിൽ ദാഹിച്ചവനെപ്പോലെ ശാന്തി... ശാന്തി... എന്നു വിളിച്ചുകര യാൻ തുടങ്ങി. ബുദ്ധവിഗ്രഹം അതുകേട്ട് ഉള്ളാലെ ചിരിച്ചു. ബുദ്ധവി ഗ്രഹം മനക്കണ്ണുകൊണ്ട് അശോകനിൽ നിന്ന് സുഗുണനിലേക്കുള്ള ദൂര മളക്കുകയായിരുന്നു. അതു പരമാണുവിനും ഇംഗിതത്തിനും ഇവയിലെ വിടെയോ ഒരു സംഖ്യയായിരുന്നു. ആ സംഖ്യ ഓർത്തു വ്യഥ വ്യാകുല പ്പെടാതെ പള്ളിക്കൽപ്പുത്രൻ പുഞ്ചിരിതൂകിയിരുന്നു. കലികാലദുഃഖം! ഓം! ശാന്തി!... ശാന്തി... ശാന്തി..

ഏഴ്

സുഗുണൻ പള്ളിക്കലാറിന്റെ തീരത്തെ ജരാനരകൾ ബാധിച്ച പ്രാചീനമായ അരയാലുകളുടെ ചുവട്ടിലിരുന്നു. ചന്തിതേഞ്ഞ പള്ളിക്കൽ പുത്രൻ മണലിൽ പൂണ്ടുകിടന്നു ധ്യാനം തുടർന്നു. ആലിലകൾ കാറ്റി ലാടി കുളിർമ്മ പകർന്നു. പേരാലിന്റെ താടിരോമങ്ങളിൽ അണ്ണാനുകൾ തള്ളിക്കളിക്കുന്നു. അരയാലും പേരാലും തമ്മിൽ കുശുകുശുക്കുന്നത് സുഗുണൻ ശ്രദ്ധിച്ചു. പേരാൽ പറഞ്ഞു: "എനിക്കീ മനുഷ്യനെ സഹാ യിക്കണമെന്നുണ്ട്. അയാൾ അന്വേഷിച്ചു നടക്കുന്ന കാര്യങ്ങളിൽ പലതും എനിക്കറിയാം."

അതുകേട്ട് അരയാൽ പറഞ്ഞു:

"ഇയാളൊരു ദുർമോഹിയാണ്. ജ്ഞാനതൃഷ്ണ തേടിയുള്ള യാത്ര യേയല്ലിത്. വെറും ഒരു സർവ്വകലാശാലയിൽ നിന്നു ലഭിച്ചേക്കാവുന്ന ഒരു തുണ്ടുകടലാസിന്റെ സുഖാനുഭൂതിയിൽ രമിക്കാനിഷ്ടപ്പെടുന്നവൻ. ബുദ്ധന്റെ വഴിയിൽ നിന്ന് എത്രയോ ഭിന്നമാണിത്. ഇത്തരക്കാരെ നമ്മ ളെന്തിന് സഹായിക്കണം."

അതുകേട്ട് പേരാൽ പറഞ്ഞു: "നീ പറഞ്ഞതു ശരിയാണ്. എന്നാൽ ഇയാളുടെ നിയോഗമതാകാം. മറഞ്ഞിരിക്കുന്ന സത്യങ്ങളൊക്കെ ആര റിയുന്നു. ദുഃഖം അകറ്റാനുള്ള വഴിയാണ് ഭഗവാൻ ഉപദേശിച്ചിരിക്കുന്ന ത്. നമ്മൾ ആളുകൾ എപ്പോഴും സന്തോഷമായി ഇരിക്കുന്നത് ആ വഴി

പിന്തുടർന്നതുകൊണ്ടല്ലേ. ഏതൊരു തരത്തിലുള്ള ദുഃഖമായാലും അതു വേദനതന്നെയാണ്. ദുഃഖം അകറ്റാനുള്ള വിദ്യ അറിയുന്നവർ അത് ഉപ ദേശിച്ചു കൊടുക്കാതിരിക്കുന്നതാണ് പാപം." അരയാൽ അതുകേട്ട് ഒന്നു നിശ്ശബ്ദനായ ശേഷം പറഞ്ഞു:

"അതിരിക്കട്ടെ നിനക്ക് ഒരു നൂറ്റിയമ്പതു വർഷത്തെ ചരിത്രമല്ലേ അറിയു. പിന്നെങ്ങനെയാണ് ഇപ്പോൾ അന്വേഷിച്ചുനടക്കുന്ന പ്രാചീന കാല ചരിത്രമൊക്കെ നീ പകർന്നുകൊടുക്കുന്നത്. ഒരുപക്ഷേ എന്നെ ക്കാൾ ഒരുപത്തു വയസ്സിനെങ്കിലും മുപ്പേ നിനക്കുള്ളുവെന്നാണ് എന്റെ വിശ്വാസം."

അതു കേട്ട് പേരാൽ പറഞ്ഞു:

"ഇത്രയും കാലം ഈ പള്ളിക്കലാറിന്റെ തീരത്തുനിന്ന് നീ ധ്യാനിച്ചതൊക്കെ വ്യഥാവിലായിപ്പോയല്ലോ. എനിക്കു നിന്നോടു സഹ താപം തോന്നുന്നു. ഓർമ്മകളുടെ സൃഷ്ടിരഹസ്യം ഇനിയെന്നാണ് നിനക്ക് തിരിഞ്ഞുകിട്ടുക. ഞാനിത് ഇരുപതാം തലമുറയാണ്. ഒരുപ ക്ഷേ, അതിനും മുമ്പ് തന്നെയുള്ള ഓർമ്മകളുമായാണ് ഞാൻ ജീവി ക്കുന്നത്. എന്റെ പൂർവികരെ വടക്കൻ ദിക്കിൽനിന്ന് ഒരു കാക്കയാണ് ഈ പള്ളിക്കലാറിന്റെ തീരത്തെത്തിച്ചത്. ഈ മണ്ണിൽ കിടന്ന് അതു മുളച്ചു പൊന്തി. വളർന്നു പന്തലിച്ചു. ആ ഓർമ്മകളും ജ്ഞാനവും അടുത്ത തലമുറയ്ക്കു കൈമാറി ഈ മണ്ണിലേക്കുതന്നെയതും ലയിച്ചു. അതിൽ നിന്ന് അടുത്തത്... അങ്ങനെ ഓർമ്മകളുടെയും അനുഭവങ്ങളു ടെയും നീണ്ട തലമുറയുടെ ഒരു കണ്ണിമാത്രമാണ് ഞാനും നീയുമൊ ക്കെ. ഒരുപക്ഷേ, നീ ഇക്കണ്ട കാലമൊക്കെ ഈ പള്ളിക്കലാറിന്റെ തീര ത്തിരുന്നു ധ്യാനിച്ചിട്ടും നിനക്കതു തിരിഞ്ഞു കിട്ടാത്തതെന്താണെന്നു ഞാനത്ഭുതപ്പെടുകയാണ്."

അരയാൽ അതുകേട്ട് ഒരു ഇളിഭ്യച്ചിരി ചിരിച്ചു. എന്നിട്ട് പറഞ്ഞു: "ശരിയായിരിക്കാം. ബുദ്ധൻ തന്നെ ഹീനയാനവും മഹായാനവും തന്ത്ര യാനവും ഉപദേശിച്ചിട്ടുണ്ട്. പക്ഷേ, ഹീനയാനത്തോടെയാണ് എനിക്ക് താൽപര്യം. അതു വർത്തമാനകാലത്തിന്റെതാണ്. വർത്തമാനകാല ത്തിൽ ജീവിക്കാനാണെനിക്കിഷ്ടം. ഭൂതത്തിലും ഭാവിയിലും ജീവിക്കു ന്നവരോട് എനിക്കു പുച്ഛമാണ്. സത്യമായുള്ളത് വർത്തമാനകാലം മാത്ര മാണ്, ശരിയല്ലേ?"

പേരാൽ അതു കേട്ട് ധ്യാനത്തിൽ മുഴുകി. പിന്നെ തന്റെ താടിരോ മങ്ങൾ ഒന്നുഴിഞ്ഞുകൊണ്ട് പറഞ്ഞു: "നീ എത്രതന്നെ വർത്തമാനകാ ലത്തിൽ ജീവിച്ചാലും ഭൂതത്തിൽ നിന്നോ ഭാവിയിൽനിന്നോ നിനക്കു മോചനമില്ല. ഭൂതകാലത്തിന്റെ തുടർച്ചയാണ് വർത്തമാനകാലം. വർത്ത മാനകാലം ഭാവിക്കുവേണ്ടിയുള്ള കരുതലാണ്. ത്രികാലങ്ങൾ അറിഞ്ഞു ജീവിക്കുന്നതാണ് ഉത്തമമായ ജീവിതം."

സുഗുണന് ആലുകളുടെ വർത്തമാനം നന്നായി ബോധിച്ചു. അയാൾ വീണ്ടും ആലുകളുടെ വാക്കുകൾക്കായി കാതോർത്തു. അരയാൽ പറഞ്ഞു:

"അശോകചക്രവർത്തിയുടെ കാലത്ത് ബുദ്ധഭഗവാനിരുന്നു ധ്യാനിച്ച ബോധിവൃക്ഷത്തിന്റെ ശാഖകളിലൊന്ന് ശ്രീലങ്കയിലേക്കു കൊണ്ടുപോയത് ഇതുവഴിയായിരുന്നു. ശ്രീലങ്കയിൽ ഇന്നും അതിന്റെ വംശം അറ്റുപോകാതെ അവർ കാത്തുസൂക്ഷിക്കുന്നു. എന്നാൽ ഇവിടെ യുണ്ടായിരുന്ന ബോധിവൃക്ഷമോ? ബംഗാളിലെ രാജാവായിരുന്ന ശശാ ങ്കൻ മുറിച്ചുകളഞ്ഞു. കൊന്നു ദഹിപ്പിച്ചു. ഭസ്മം കാറ്റിൽ പറത്തി."
പേരാൽ അതുകേട്ട് ദുഃഖിതനായി. എന്നിട്ടു പറഞ്ഞു:

"നന്മയുടെ ശോഭയറിയുന്നതിനാവും ഈശ്വരൻ തിന്മ സൂക്ഷിച്ചിരി ക്കുന്നത്. ജ്ഞാനത്തെ ഒരിക്കലും ആയുധംകൊണ്ട് നേരിടാനാവില്ല."

അരയാൽ അത്ര ഗൗനിക്കാതെ എന്തോ ഗാഢമായി ചിന്തിച്ചു കൊണ്ട് പറഞ്ഞു.

"യഥാർഥത്തിൽ സിദ്ധാർഥ രാജകുമാരനെ ബുദ്ധനാക്കി മാറ്റിയത് മഹാജ്ഞാനിയായ വൃക്ഷമായിരുന്നില്ലേ? നമ്മുടെയൊക്കെ വംശപരമ്പ രയിൽപ്പെട്ട മുതുമുത്തച്ഛൻ." പേരാൽ അതുകേട്ട് മുഖം ചുളിച്ചു. നീ ഇനിയും ഏറെ ധ്യാനിക്കേണ്ടിയിരിക്കുന്നു. ഇതൊക്കെ കണ്ടും കേട്ടുമിരുന്ന സുഗുണൻ പെട്ടെന്ന് നോട്ടുബുക്കെടുത്തു വേഗത്തിൽ എന്തോ കുത്തിക്കുറിച്ചു. അതുകേട്ട് അരയാൽ പറഞ്ഞു:

"ദേ കണ്ടോ ആ മനുഷ്യൻ നമ്മൾ സംസാരിച്ചതൊക്കെ കേട്ടെന്നു തോന്നുന്നു. അയാൾ എന്തൊക്കെയോ കുത്തിക്കുറിക്കുന്നു."

അതു കേട്ട് പേരാൽ ചിരിച്ചു.

"അയാൾ തന്റെ രോഗത്തിനുള്ള ചികിൽസ തുടങ്ങിക്കഴിഞ്ഞു. ഒരർഥത്തിൽ സർവ്വ ചരാചരങ്ങളിലും വിളയാടുന്നതു രോഗവും അതിന്റെ ചികിൽസയും മാത്രമാണ്. സ്വയം ചികിൽസക്കാനറിയാത്തവരാണ് പാപികൾ."

അരയാൽ അതു കൗതുകപൂർവ്വം കേട്ടിരുന്നു.

"പണ്ട് ഇവിടെ ബുദ്ധഭിക്ഷുക്കൾ കളരികൾ നടത്തിയിരുന്നു. അക്കാ ലത്ത് ചികിൽസ നന്നായി നടന്നിരുന്നു. രോഗികളുടെ എണ്ണം വളരെ കുറവ്. രോഗികളുടെ എണ്ണം കുറയ്ക്കുന്നതുകണ്ട് കലിമൂത്ത ചില മാറാ രോഗികൾ വൈദ്യന്മാരെ പിടിച്ചുകെട്ടി അവരുടെ ആസനം പിളർന്നു കോലുകേറി കഴുവേറ്റി. ഇങ്ങനെ നാടുനീളെ കഴുമരങ്ങൾ പുത്തിറങ്ങി യതോടെ നാട്ടിൽ വൈദ്യന്മാരെ കണികാണാൻ പോലും ഇല്ലാതായി. വൈദ്യന്മാരില്ലാതായതോടെ നാടുമുഴുക്കെ രോഗികളായി. സർവ്വവും രോഗികളായതോടെ രോഗം എന്തെന്ന് നാട്ടുകാർക്ക് അറിയാതെയായി. രോഗമില്ലാത്തവരെ രോഗികളായിക്കണ്ട് നാടുകടത്താൻ തുടങ്ങി. ഇതാണ് ഇവിടെ സംഭവിച്ചത്. യുഗങ്ങളായി സംഭവിച്ചുകൊണ്ടിരിക്കുന്നത്. ഇതും ഈശ്വരന്റെ സൃഷ്ടിരഹസ്യങ്ങളിൽ വെളിപ്പെടാത്ത ഏതോ കാരണങ്ങ ളാൽ സഭവിക്കുന്നതാണ്. നമ്മൾ ഇനിയും ഏറെ ധ്യാനിക്കേണ്ടിയിരി ക്കുന്നു." അരയാൽ പെട്ടെന്ന് കണ്ണുകൾ പൂട്ടി പതുക്കെ പറഞ്ഞു.

"ബുദ്ധം ശരണം ഗച്ഛാമി. ബുദ്ധം ശരണം ഗച്ഛാമി." അരയാലിന്റെ

ശരണം വിളി ശ്രദ്ധിച്ചുകൊണ്ടിരുന്ന പേരാൽ പെട്ടെന്ന് ധ്യാനാത്മകമാ
യി. പേരാലിൽ നിന്ന് ഒരു പൊൻപ്രഭ ചുറ്റും ചിതറിത്തെറിച്ചു. പേരാൽ
തന്റെ സൂക്ഷ്മചർമ്മമുയർത്തി കാഴ്ച കാണാൻ തുടങ്ങി. ബെയ്ജിങ്ങിൽ
ബുദ്ധവിഹാരത്തിനു ചുറ്റും ബുദ്ധഭിക്ഷുക്കൾ ഉന്തുംതള്ളും തുടങ്ങി.
ബുദ്ധവിഹാരത്തിന്റെ നടതുറന്നു. അവിടെ സൂക്ഷിച്ചിരുന്ന ബുദ്ധദ
ന്തത്തിൽ ബുദ്ധഭിക്ഷുക്കൾ ഉപചാരപൂർവ്വം നമസ്കരിച്ചു. അതുകണ്ട്
ദന്തം ബുദ്ധഭിക്ഷുക്കളെ നോക്കി കരഞ്ഞു. അത് ഇറങ്ങിനടക്കാൻ തുട
ങ്ങി. ബുദ്ധഭിക്ഷുക്കൾ ഗൂഢമന്ത്രങ്ങൾ ഉരുവിട്ടു ബുദ്ധദന്തത്തിനു
പിന്നാലെ കൂട്ടംകൂട്ടമായി നടന്നു. അതു നാടും നഗരവും ചുറ്റി സഞ്ച
രിച്ച് ഒടുക്കം ഹോങ്കോങ്ങിലെത്തിയപ്പോൾ ആചാരവെടികളും വായ്ക്കു
രവയും കൊണ്ടു ജനം എതിരേറ്റു. ബുദ്ധദന്തത്തിൽ മുത്താനും തൊട്ടു
തലോടാനും തൊട്ടനുഗ്രഹം വാങ്ങാനും ബുദ്ധഭിക്ഷുക്കളും ബുദ്ധാനു
യായികളും ഉന്തുംതള്ളും നടത്തി. തന്റെ സഹോദരദന്തം നാടായ നാട്ടി
ലൊക്കെ ചുറ്റിസഞ്ചരിച്ച് കീർത്തിയും ആദരവും നേടുന്നതറിഞ്ഞ് ശ്രീല
ങ്കയിലെ കാൻസിയയിലുള്ള ബുദ്ധവിഹാരത്തിലിരുന്ന ദന്തം അഭിമാന
പൂർവ്വം പുഞ്ചിരിതൂകി വെളുത്തു. ഇതൊക്കെ കണ്ടും കേട്ടും പേരാലില
കൾ വിദർഭദേശക്കാരനായ നാഗാർജുനൻ രചിച്ച മന്ത്രങ്ങൾ ഉരുവിട്ടു.
അതിന്റെ ഗൂഢജ്ഞാനത്തിൽ നിർവൃതി പൂണ്ട പേരാരിലകൾ തുള്ളൽ
തുടങ്ങി. പേരാലിലകളുടെ അസാധാരണമായുള്ള തുള്ളിക്കളി കണ്ട് അര
യാൽ ചോദിച്ചു:

"ബുദ്ധന്റെ പല്ലിനും എല്ലിനും നഖത്തിനും മുടിക്കും എന്തുണ്ട്
പ്രാധാന്യം?"

അതുകേട്ട് പേരാലിലകൾ കുശുകുശുത്തു: "ശൂ... ശൂ... ശൂ.." പിന്നെ
പറഞ്ഞു: "അറിയാത്ത കാര്യങ്ങളെക്കുറിച്ചു സംസാരിക്കരുത്. ഒരു
ഇലയെന്തറിയണമെന്ന് ഇലയുടെ തലയിലെഴുത്താണ്. അതാർക്കും
തുക്കാനും മായ്ക്കാനും കഴിയില്ല. ഒരാലറിയുന്നത് ഇലയറിയണമെ
ന്നില്ല."

അതുകേട്ട് അരയാലിലകൾ വീണ്ടും ചിരിച്ചാർത്തു. പ്രായംചെന്ന
ഇലകൾക്ക് അതിൽ പ്രത്യേക കൗതുകമൊന്നും തോന്നിയില്ല. അതു
കൊഴിയുന്നതിന്റെ മനോവ്യഥയിലായിരുന്നു. തളിരിലകൾ പുതുകാല
പിറവിയുടെ ഹർഷോന്മാദത്തിലും! വർത്തമാനകാലത്തിലിരുന്നു പേരാ
ലിലകളും അരയാലിലകളും തങ്ങളുടെ സംവാദം തുടർന്നു. ഇതൊന്നും
തിരിച്ചറിയാതെ അരയാലിന്റെയും പേരാലിന്റെയും ചുവട്ടിൽ ഇരുന്നു
സുഗുണൻ ഡോക്ടറേറ്റ് നേടുന്നതിനുള്ള കുറുക്കുവഴികളെക്കുറിച്ചു
ചിന്തിക്കുകയായിരുന്നു.

ആലുകളുടെ ചിന്തകൾ കൂടുതൽ ആത്മീയമായി പോവുകയാണ്.
ഇതൊക്കെ കേട്ടെഴുതിയതുകൊണ്ട് ഡോക്ടറേറ്റ് തീസിസിനു കാര്യ
മായി ഒന്നും ലഭിക്കാനിടയില്ല. എനിക്കറിയേണ്ടത് കരുനാഗപ്പള്ളിയിലും
മാവേലിക്കരയിലും പള്ളിക്കലും കുട്ടനാട്ടിലും ഒക്കെ ഒരുകാലത്ത് നില

നിന്നിരുന്ന ബുദ്ധമതം എങ്ങിനെയിവിടുന്ന് അപ്രത്യക്ഷമായെന്നാണ്. അന്നത്തെ ബുദ്ധമതക്കാരൊക്കെ ഇപ്പോൾ ഏതു ജാതി ശ്രേണിയിലാ ണ്. ദക്ഷിണപഥത്തിലെ മൂലവാസവിഹാരം തൃക്കുന്നപ്പുഴയിൽത്തന്നെ യായിരുന്നോ? അതു കടലെടുത്തുവെന്നു പറയുന്നതിൽ വല്ല വാസ്ത വവും ഉണ്ടോ? ഇതിന്റെയൊക്കെ തെളിവുകൾ എവിടെനിന്നാണ് എനിക്ക് ലഭിക്കുക? അല്ലാതെ എങ്ങും തൊടാത്ത ഈ വേദാന്തം കൊണ്ട് എന്തു പ്രയോജനം? പണ്ടെങ്ങാനുമായിരുന്നെങ്കിൽ വേദാന്തിയായി സർവ്വജ്ഞ പീഠം കേറാമായിരുന്നു. ഇക്കാലത്ത് അതു വല്ലതും നടക്കുമോ? കാല ണയ്ക്കു വകയില്ലാത്ത ഈ വേദാന്തികളെക്കൊണ്ട് നാടിനെന്തു പ്രയോ ജനം. അല്ലെങ്കിൽ ഇത്തിരി തരികിട പരിപാടികളൊക്കെ പഠിച്ച് മനുഷ്യ ദൈവമായി കാശുവാരണം. എന്തായാലും നാണംകെട്ട അപ്പരിപ്പാടി നമുക്കു വയ്യ. ഈ ഡോക്ടറേറ്റ് ഒന്നു പൂർത്തിയായാൽ എങ്ങനെയെ ങ്കിലും ഒരു കോളേജിൽ കയറിപ്പറ്റാം. ഇപ്പോ യു ഡി സി സ്കെയി ലിലാണ് ശമ്പളം. ജീവിതം കുശാൽ. പിള്ളേരോടു സൊള്ളിയും തൊട്ടു തലോടിയും കാലം കഴിക്കാം. എന്റീശ്വരാ... ഈ തലതിരിഞ്ഞ സബ്ജക്ട് തിരഞ്ഞെടുത്തതുകൊണ്ട് ഇതൊക്കെ അനുഭവിക്കാനുള്ള തലേവിധി തനിക്കുണ്ടാകുമോ എന്നാ ഇപ്പം സംശയം. അഴിക്കുന്തോറും കുരുങ്ങു കയും കുരുങ്ങുന്തോറും അഴിയുകയും ചെയ്യുന്ന ഈ ബുദ്ധ ചരിത്രം ഒരുതരം വേദാന്തം തന്നെ. സുഗുണൻ നാഗാർജുനൻ എഴുതിയ *മാദ്ധ്യ മികകാരിക* എടുത്തു തിരിച്ചും മറിച്ചും നോക്കി. പിന്നെ അതു ദഹിക്കാ നാവാതെ ആര്യദേവന്റെ ചതുശ്ശതകം എടുത്തു നിവർത്തി. അപ്പോൾ പേരാൽ തന്റെ താടിരോമങ്ങൾ ഉഴിഞ്ഞു പേരാലിലകൾക്കു കഥ പറഞ്ഞു കൊടുക്കുകയായിരുന്നു.

പണ്ട് ഒരു ബ്രാഹ്മമപണ്ഡിതനെ തർക്കത്തിൽ തോല്പിക്കാൻ ആര്യ ദേവൻ നളന്ദയിലേക്കു വരുകയായിരുന്നു. വഴിമദ്ധ്യേ ആര്യദേവൻ തന്റെ ഒരു കണ്ണ് ഒരു വൃക്ഷദേവതയ്ക്കു കൊടുത്തു. അങ്ങനെ ഒറ്റക്കണ്ണനായി ആര്യദേവൻ നളന്ദയിൽ എത്തിച്ചേരുപ്പോൾ പണ്ഡിതനായ ബ്രാഹ്മണന് അയാളോടു പരമപുച്ഛം. ഈ ഒറ്റക്കണ്ണനോടു തർക്കിക്കാൻ ഞാനാള ല്ലെന്നു പറഞ്ഞു. അതുകേട്ട് ആര്യദേവൻ പുഞ്ചിരിതൂകി പറഞ്ഞു.

"ശ്രീപരമശിവൻ മൂന്നു കണ്ണുകൊണ്ടു കാണാത്തതും ഇന്ദ്രൻ ആയിരം കണ്ണുകൊണ്ടു കാണാത്തതും ഞാൻ ഒറ്റക്കണ്ണുകൊണ്ട് കാണു ന്നു. കണ്ടു സാക്ഷാല്കരിക്കുന്നു. നമുക്ക് തർക്കിക്കാം."

തർക്കത്തിൽ ആര്യദേവൻ ബ്രാഹ്മണപണ്ഡിതനെ പരാജയപ്പെടു ത്തി. തോറ്റമ്പിയ പണ്ഡിതൻ ആര്യദേവനിൽ നിന്നു ബുദ്ധമതം സ്വീക രിച്ചു. തന്റെ കണ്ണുകളുടെ തിമിരം അകറ്റി. ഇക്കഥ കേട്ടുകഴിഞ്ഞപ്പോൾ പേരാലിലകൾ "ബുദ്ധം ശരണം ഗച്ഛാമി..." എന്നു ശരണം വിളിക്കാൻ തുടങ്ങി. പേരാലിലകളുടെ ശരണം വിളി മുറുകിയപ്പോൾ സുഗുണൻ തന്റെ കണ്ണും കാതുമടച്ചിരുന്നു. അപ്പോൾ റോഡരികിലൂടെ ശരണം വിളി ച്ചുകൊണ്ട് ഒരുകൂട്ടം അയ്യപ്പഭക്തന്മാർ ശബരിമലയ്ക്കു പോകുന്നത്

സുഗുണന്റെ ശ്രദ്ധയിൽ പെട്ടതേയില്ല. അയാൾ ഇരുട്ടിനെ ധ്യാനിച്ചുകൊ
ണ്ടിരിക്കുകയായിരുന്നു.

എട്ട്

സുഗുണൻ പള്ളിക്കലൊറിന്റെ കരയിൽ ചന്തിതേഞ്ഞു കിടക്കുന്ന
ബുദ്ധവിഗ്രഹത്തിലേക്കു നോക്കി. തൃക്കുന്നപ്പുഴ കടലോരത്തെ ശ്രീമൂ
ലവാസ വിഹാരവും അവിടത്തെ പണ്ഡിതശ്രേഷ്ഠനായിരുന്ന ബുദ്ധഭിക്ഷു
ആര്യമഞ്ജശ്രീയെയും കുറിച്ച് സുഗുണനോർത്തു. പെട്ടെന്ന് എന്തോ
ഓർമ്മയിൽ വന്നതുപോലെ സുഗുണൻ തന്റെ തുകൽസഞ്ചി തുറന്ന്
കുറെ ബുദ്ധചരിത്രരേഖകളും പുസ്തകങ്ങളും കുടഞ്ഞിട്ടു. പാലിയം
ചെപ്പേട് സുഗുണന്റെ കണ്ണിലുടക്കി. വിക്രമാദിത്യവരഗുണൻ ശ്രീമൂല
വാസവിഹാരത്തിനു നൽകിയ സംരക്ഷണത്തെക്കുറിച്ചുള്ള രേഖകൾ
ഉരുവിട്ടു പഠിച്ചു. സുഗുണന്റെ പഠനം നോക്കി അരയാലും പേരാലും
ഉള്ളാലെ പുഞ്ചിരി തൂകി. കൺമിഴിച്ചു. സുഗുണൻ ധൃതിയിൽ കേരള
ത്തിന്റെ മാപ്പെടുത്ത് അതിൽ അമ്പലപ്പുഴയ്ക്കും തൃക്കുന്നപ്പുഴയ്ക്കും
ഇടയിലെവിടെയോ പേനാകൊണ്ട് ഒന്നുപൊറി. പെട്ടെന്ന് ആ പേനാത്തു
മ്പിൽ നിന്ന് ഒരു പ്രാചീന സംസ്കൃതി ആ മാപ്പിൽ വീണു ചിതറി.
ബുദ്ധഭിക്ഷുക്കളുടെ ശരണംവിളികൾ കേൾക്കാൻ തുടങ്ങി. വൃത്തിയും
വെടിപ്പുമുള്ള ബുദ്ധവിഹാരങ്ങൾ തെളിഞ്ഞുവന്നു. അവിടെ അരയാലി
ലകളും പേരാലിലകളും തമ്മിൽ ഇണചേർന്നു വളർന്നു. ഒരു കൂട്ടം ആളു
കൾ ഒരു രോഗിയെയും താങ്ങിപ്പിടിച്ച് ബുദ്ധഭിക്ഷുവിന്റെ അരികിലേക്കു
വന്നു. ബുദ്ധഭിക്ഷു കാവിലെ ഇലകൾ നുള്ളിയും അരിച്ചും കുറുക്കിയും
മരുന്നുണ്ടാക്കി നല്കി. യുവബുദ്ധഭിക്ഷുക്കൾ അയാളെ ശുശ്രൂഷിച്ചു.
ശുശ്രൂതന്റെ ശുശ്രൂഷയിൽ രോഗി ഉണർന്നു നടന്നു. അഷ്ടാംഗഹൃദയമ
ന്ത്രങ്ങൾ ബുദ്ധവിഹാരം ഉരുക്കഴിക്കാൻ തുടങ്ങി. തല മുണ്ഡനം ചെയ്ത
കുട്ടികൾ അത് ഉരുവിട്ടു പഠിച്ചു തുടങ്ങി. കുറേക്കഴിഞ്ഞപ്പോൾ ഒരു പശു
വിനെയും ഉന്തിത്തള്ളി രണ്ടു മൂന്നു പേർ അവിടേക്കു വന്നു. ബുദ്ധഭിക്ഷു
കഷായം പശുവിന്റെ വാപിളർന്നൊഴിച്ചു. കോഴി, ആട് തുടങ്ങി പക്ഷി
കളും നാൽക്കാലികളും അവിടേക്കു വരാൻ തുടങ്ങി. അവയ്ക്കെല്ലാം
രോഗശാന്തി ലഭിച്ചു. അതങ്ങനെ ചികിത്സയും പഠനവും നടന്നുകൊണ്ടി
രിക്കെ കരുനാഗപ്പള്ളിക്കടുത്ത് മരുതൂർക്കാലങ്ങരയിൽ ഒരു ബുദ്ധവി
ഗ്രഹം പൂർത്തിയായതോടെ അതു ചുറ്റും സൂക്ഷ്മജ്ഞാനം വിളമ്പാൻ
തുടങ്ങി. അപ്പോൾ അതുകേൾക്കാൻ സൂക്ഷ്മാണുക്കളും സൂക്ഷ്മരൂപി
കളായ യക്ഷികളും ഭൂതവും അവിടേക്കു വരാൻ തുടങ്ങി. സൂക്ഷ്മാണു
ക്കൾ മണ്ണിലും അദൃശ്യജീവികൾ പനയിലും പാർപ്പുതുടങ്ങി. സൂക്ഷ്മാ
ണുക്കൾ പെറ്റുപെരുകി ശ്രീമൂലവാസവിഹാരവും അവിടത്തെ ഓലക്കെ
ടുകളും തിന്നുമുടിച്ചു. ഗ്രന്ഥപ്പുര മുഴുവൻ തിന്നുമുടിച്ച സൂക്ഷ്മാണു
ക്കൾ മണ്ണും മരവും തിന്നാൻ തുടങ്ങി. അദൃശ്യജീവികൾ രാത്രിയിൽ

ബുദ്ധഭിക്ഷുക്കളെ ശല്യം ചെയ്യാൻ തുടങ്ങി. കാവുതീണ്ടാനെത്തുന്ന അദൃശ്യജീവികളുടെ പുലഭ്യംപറച്ചിലും പൂരപ്പാട്ടും കേട്ട് സഹിക്കവയ്യാതെ ബുദ്ധഭിക്ഷുക്കൾ നാടുവിട്ട് ഭിക്ഷതേടിപ്പോയി. സൂക്ഷ്മാണുക്കളുടെയും അദൃശ്യജീവികളുടെയും അതിക്രമം കണ്ട് സഹിക്കവയ്യാതെ കടൽ അവയെ നക്കിത്തുടച്ചു. ബുദ്ധം ശരണം ഗച്ഛാമി.. ബുദ്ധം ശരണം ഗച്ഛാമി..

സുഗുണൻ വീണ്ടും കിനാവുകാണാൻ തുടങ്ങി, പ്രാചീന ബുദ്ധ പ്രതിമകൾ അഫ്ഗാനിസ്ഥാനിലെ ഗാന്ധാരത്തിലെ ഒരു ബുദ്ധപ്രതിമയിൽ സുഗുണന്റെ കണ്ണുകൾ ഉടക്കി. ദക്ഷിണപഥേ മൂലവാസ ലോക നാഥ എന്ന വാക്കുകൾ സുഗുണനിൽ കുളിർ ചൊരിഞ്ഞു. ബാമിയൻ കുന്നുകളിലെ ബുദ്ധപ്രതിമകൾ നോക്കിക്കണ്ട് സുഗുണൻ നടന്നു. കുശാ നവംശത്തിന്റെ ഗതകാലപ്രൗഢിയിൽ സുഗുണനു മതിപ്പുതോന്നി. അഫ്ഗാനിസ്ഥാനിലെ മൺതരികൾ സുഗുണനു കഥ പറഞ്ഞുകൊടുത്തു. കൗടില്യന്റെയും ചരകന്റെയും കഥകൾ. ഗാന്ധാരിയുടെയും ശകുനിയുടെയും കഥകൾ. ഇങ്ങനെ പഴങ്കഥകൾ കേട്ടിരിക്കുമ്പോൾ ചുറ്റും വെടിയൊച്ച മുഴങ്ങാൻ തുടങ്ങി. ബാമിയൻ കുന്നുകളിലെ ബുദ്ധവിഗ്രഹങ്ങൾ ഓരോന്നായി തലകുത്തിവീണു മരിച്ചു. ഇതൊക്കെ തങ്ങളുടെ സൂക്ഷ്മചിഹ്നമുയർത്തി കണ്ടും കേട്ടും പള്ളിക്കലൊറിന്റെ കരയിൽ നിന്ന പേരാലും അരയാലും പുഞ്ചിരിതൂകിക്കൊണ്ടേയിരുന്നു. കാലഗതിയറിഞ്ഞവന്റെ ചിരിയായിരുന്നു അത്. ആ ചിരിയിൽ ത്രികാലങ്ങളും ചുരുങ്ങിവന്നു. സുഗുണനപ്പോൾ തന്റെ തീസിസിന്റെ കാര്യം ഓർത്ത് ഒരു വല്ലായ്മ തോന്നി. അരയാലിലകളും പേരാലിലകളും അപ്പോഴും സന്തോഷത്തോടെ തുള്ളിക്കളിക്കുകയായിരുന്നു. കാറ്റിൽ പൊഴിഞ്ഞു വീണ ഇലകളും ഫോസിലാക്കപ്പെട്ട ഇലകളും സുഗുണനിൽ സൃഷ്ടി ചൈതന്യത്തെക്കുറിച്ചുള്ള ബോധമുണർത്തി. സർവ്വകലാശാലകളുടെ ഫോസിലുകൾ കണ്ട് സുഗുണനു കുളിരും പനിയും വന്നു. തക്ഷശില യിൽനിന്നും കേരളസർവ്വകലാശാലയിലേക്കുള്ള ദൂരം സുഗുണനെ വല്ലാതെ പരിഭ്രമിപ്പിച്ചു. സർവ്വകലാശാലയിൽ കുന്നുകൂട്ടിയിട്ട തീസിസുകളിൽ സൂക്ഷ്മാണുക്കൾ ആക്രമണം നടത്തി. വിവരമറിഞ്ഞ് സുഗുണൻ ഭീതിപൂണ്ടു. ഈ ആലിൻചുവട്ടിലിരുന്നു തനിക്കും ബോധോദയം സിദ്ധിക്കുമെന്ന് സുഗുണൻ ഭയപ്പെട്ടു. അതുകൊണ്ട് സുഗുണൻ വേഗം സഞ്ചിയിൽനിന്നു പുറത്തേക്കിട്ട രേഖകളും പുസ്തകങ്ങളും വലിച്ചുവാരി സഞ്ചിയിലിട്ടു. പിന്നെ പള്ളിക്കലൊറിന്റെ കരയിൽ ചന്തിതേഞ്ഞ ബുദ്ധ വിഗ്രഹത്തെ തൊട്ടുമുത്തി. പിന്നെ ആ സഞ്ചി പള്ളിക്കലൊറിന്റെ മാറി ലേക്കു വലിച്ചെറിഞ്ഞു. എന്നിട്ടു ശാന്തനായി വന്ന് ആലിൻചുവട്ടിൽ ഇരുന്നു. അശാന്തമായ മനസിൽനിന്നു ശന്തിയുടെ കുളിരുറവ പൊട്ടിയൊഴുകാൻ തുടങ്ങി. അതിന്റെ ഊഷ്മളാനുഭവത്തിൽ സുഗുണൻ നിർവൃതി പൂണ്ടിരുന്നു. അപ്പോഴും ആലിലകൾ തുള്ളിക്കളിച്ചുകൊണ്ടേയിരുന്നു.

കാലവർഷക്കാറ്റ് തന്റെ രഥസഞ്ചാരം തുടങ്ങി. ഭൂമിയിലേക്ക്

ഒഴുകിയെത്തിയ ശാന്തിയിൽ ഭൂമി ഉർവ്വരമായി. അവിടെ പുതുജീവൻ മുളപൊട്ടി. മഴവെള്ളപ്പാച്ചിലിൽ പള്ളിക്കലാറ് കരകവിഞ്ഞൊഴുകാൻ തുടങ്ങി. അതിന്റെ സീൽക്കാരത്തിൽ പള്ളിക്കലാറിന്റെ കരയിൽ കിടന്നു ശാന്തമായി ധ്യാനിക്കുകയായിരുന്ന പള്ളിക്കൽപ്പുത്രൻ ഒന്നിളകിയാടി. പിന്നെ പതുക്കെപ്പതുക്കെ ശാന്തിയുടെ കുളിരുറവയിലേക്കതിറങ്ങി. പള്ളി ക്കലാറിന്റെ തീരത്തു കിടന്ന ചന്തിതേഞ്ഞ ബുദ്ധവിഗ്രഹം പള്ളിക്കലാ റിൽ കിടന്നു മുങ്ങിയും പൊങ്ങിയും ജലകേളി നടത്തുന്നതു കണ്ട് ആഹ്ലാദം സഹിക്കവയ്യാതെ പ്രാചീനമായ അരയാലിലകളും പേരാലില കളും കൈകൊട്ടിയാർത്തു. സുഗുണൻ കരകവിഞ്ഞൊഴുകുന്ന പള്ളി ക്കലാറിന്റെ തീരത്തിരുന്നു ധ്യാനം തുടർന്നു. ആലുകൾ ആലിലകൾ കൊണ്ട് സുഗുണനെ അഭിഷേകം ചെയ്തു. ശാന്തിയുടെ നീരുറവ കുറെ ഒഴുകി ശമിച്ചപ്പോൾ സുഗുണൻ മണൽപ്പരപ്പിലേക്കു നോക്കി. മണൽപ്പ രപ്പിൽ മാക്രിക്കുഞ്ഞുങ്ങളെ പുളവൻകുഞ്ഞുങ്ങൾ വളഞ്ഞു പിടിച്ചു വിഴു ങ്ങുന്നതു കണ്ട് സഹിക്കവയ്യാതെ സുഗുണൻ മാനിഷാദാ എന്നലറി വിളി ച്ചു. സുഗുണന്റെ ഒച്ച കേട്ട് പേടിച്ചരണ്ട പുളവൻ കുഞ്ഞുങ്ങൾ മാക്രി ക്കുഞ്ഞുങ്ങളെ കളഞ്ഞിട്ട് വൈക്കോൽകുനയ്ക്കിടയിലേക്ക് ഓടിയൊളി ച്ചു. മാക്രിക്കുഞ്ഞുങ്ങളപ്പോൾ ഒരു പുൽപൊത്തിനെ തോണ്ടി വായിലി ടുകയായിരുന്നു. അത് സുഗുണന്റെ കണ്ണിൽപെട്ടതുമില്ല. സുഗുണൻ വീണ്ടും അരയാലിൻ ചുവട്ടിൽ ധ്യാനം തുടർന്നു. ആലിന്റെ ചുവട്ടിൽ ധ്യാനത്തിലിരിക്കുന്ന സുഗുണനെ കാണാൻ ആദ്യമെത്തിയത് കോലു നാരായണനാണ്. കോലുനാരായണൻ വന്ന് ആരാ എണീക്ക് എന്നുപറ ഞ്ഞു. അപ്പോൾ ആലിൻകൊമ്പുകളിൽ ഉണങ്ങിയ ഒരെണ്ണം അടർന്നു കോലുനാരായണന്റെ തലയിൽ വീണു. അയാൾ വെപ്രാളപ്പെട്ട് തലതു ടച്ച് മാറിനിന്നു. സുഗുണനപ്പോഴും ആലിലകളുടെ മന്ത്രങ്ങൾ കേട്ട് ശാന്ത മായിരിക്കുകയായിരുന്നു. കോലുനാരായണനു ചുറ്റും പിള്ളേരു കൂടി. കോലുനാരായണനവരെ ആട്ടി അകറ്റി. സുഗുണന്റെ മുഖത്തുനിന്ന് വമി ക്കുന്ന പ്രസരിപ്പുകണ്ട് അതൊരു തേജോമയമായ ഗോളമാണെന്ന് കോലു നാരായണനു തോന്നി. അയാൾ തേജോമയമായ ഗോളത്തിന് ഒരു പഴവും ചായയും വാങ്ങിക്കൊടുത്തു. തേജോമയമായ ഗോളം പഴത്തൊലികള യാതെ അത് മുഴുവൻ തിന്നു. സുഗുണന് താടിരോമങ്ങൾവളരാൻ തുട ങ്ങി. അത് ആലിന്റെ താടിരോമങ്ങളുമായി കെട്ടുപിണഞ്ഞു. ആളുകൾ പള്ളിക്കലാറിന്റെ തീരത്തുവന്നു തമ്പടിക്കാൻ തുടങ്ങി. എല്ലാവരും സുഗു ണനെ പള്ളിക്കലെച്ചൻ എന്നു വിളിക്കാൻ തുടങ്ങി. പള്ളിക്കലെച്ചൻ തൊട്ട രോഗികൾ സുഖംപ്രാപിച്ചതായി കഥ പരന്നു. പള്ളിക്കലെച്ചനെ തൊട്ടനു ഗ്രഹം വാങ്ങാൻ നാലു ദിക്കിൽ നിന്നും ആളുകൾവന്ന് ഉന്തും തള്ളും നടത്തി. പള്ളിക്കലെച്ചൻ തന്നെ കാണാനെത്തുന്നവർക്ക് ആലിലകൾ ജപിച്ചു നൽകി. അതു കിട്ടിയവരൊക്കെ സമ്പന്നമാരായി. ദിവസവും നൂറുകണക്കിനാളുകൾ ആലില കിട്ടാതെ മടങ്ങി. ചിലർ ആലിൽ കയറി ഇലകൾപറിക്കാൻ തുടങ്ങി. അതോടെ അരയാലും പേരാലും നിലവിളി

തുടങ്ങി. ജനം അരയാലിലകളും പേരാലിലകളും മുഴുവൻ നുള്ളി പറി ച്ചെടുത്തു. ആൽമരത്തിൽ പുതുനാമ്പുകൾ കിളിർക്കുന്നതും നോക്കി ജനം പള്ളിക്കലൊറിന്റെ കരയിൽ തമ്പടിച്ചുകിടന്നു. പള്ളിക്കലൊറിന്റെ തീരത്തു പള്ളിക്കലച്ചന് സൗധം ഉയരാൻ തുടങ്ങി. ഇതൊക്കെ കണ്ടും കേട്ടും പള്ളിക്കലൊറിന്റെ കരയിൽ മുണ്ടലക്കിക്കൊണ്ടിരുന്ന കുഞ്ഞൻപ തിയാരുടെ പെമ്പ്രന്നോര് വീണ്ടും ഉറഞ്ഞു തുള്ളാൻ തുടങ്ങി. പക്ഷേ, ആരും അത്ര ഗൗനിച്ചില്ല. അതിൽ കലിമൂത്തവർ തുണി അടിച്ചുകീ റാൻ തുടങ്ങി. കുഞ്ഞൻപതിയാരതു കണ്ട് അവരെ പോഴത്തം വിളിച്ചു തുടങ്ങി. കാവി പുതച്ച സന്ന്യാസികൾ പള്ളിക്കലച്ചനു കാവൽ നിന്നു. പള്ളിക്കലച്ചന്റെ ആശ്രമം നാൾക്കുനാൾ വളർന്നുവികസിക്കാൻ തുടങ്ങി. അയാളുടെ അനുചരൻ നാടുമുഴുക്കെ ആൽമരം നട്ടുവളർത്തി. ഇല പറിച്ചു വിതരണം ചെയ്യാൻ തുടങ്ങി. പള്ളിക്കലച്ചനു സഞ്ചരിക്കാൻ പുതു പുത്തൻ കാറുകളെത്തി. അയാളുടെ പ്രഭാഷണം കേൾക്കാൻ വിദേശ യൂണിവേഴ്സിറ്റികൾ കാതോർത്തിരുന്നു. ഇതൊക്കെ കണ്ടും കേട്ടും അസൂയമൂത്ത കുഞ്ഞൻപതിയാരുടെ പെമ്പ്രന്നോരു പള്ളിക്കലച്ചനെക്കു റിച്ചു പരദൂഷണം പറഞ്ഞു. അത് ആശ്രമജീവികളറിഞ്ഞതോടെ കുഞ്ഞൻപതിയാരുടെ പെമ്പ്രന്നോരു നാടുനീങ്ങി. പിന്നെ കുഞ്ഞൻപ തിയാരും മക്കളുമാണ് മുണ്ടലക്കാനെത്തിയത്. കുഞ്ഞൻപതിയാരുടെ മൂത്തമകൾ ലക്ഷ്മിക്കുട്ടിയാണ് പള്ളിക്കലൊറിന്റെ തീരത്ത് മുണ്ടലക്കാൻ പറ്റിയ കല്ല് കിടക്കുന്നതു കണ്ടത്. അവളത് അച്ഛനെ വിളിച്ചു കാണിച്ചു. അയാൾക്ക് ആ കല്ല് വളരെ പരിചിതമായിത്തോന്നി. അതു മുണ്ടലക്കാൻ വേണ്ടി പാകപ്പെടുത്തിയതുപോലെയായിരുന്നു. അതിന്റെ തഴമ്പും പഴ മയും കുഞ്ഞൻപതിയാരെ തെല്ലൊന്നുമല്ല അമ്പരപ്പിച്ചത്. ആ കല്ലിൽ മുണ്ടലക്കുമ്പോൾ അയാൾക്ക് ഒരു പ്രത്യേക ശാന്തി ലഭിക്കാൻ തുട ങ്ങി. ആ ശാന്തിയിൽ ലയിച്ച് ഓരോ ദിവസവും കൂടുതൽ മുണ്ട് അയാൾ അലക്കി. കുഞ്ഞൻപതിയാരുടെ മകൾ ലക്ഷ്മിക്കും ആ കല്ലിൽ മുണ്ടല ക്കുമ്പോൾ ഒരു പ്രത്യേക സുഖം തോന്നി. മുണ്ടിലെ അഴുക്കിളക്കുന്ന തുപോലെ മനസ്സും കൂടുതൽ ശാന്തമാകുന്നു. ഓം. ശാന്തി.. ശാന്തി...

www.ingramcontent.com/pod-product-compliance
Lightning Source LLC
LaVergne TN
LVHW040027190726
843490LV00013B/806